വാറൻ ബഫറ്റിന്റെ

മാനേജ്മെന്റ് രഹസ്യങ്ങൾ

വാറൻ ബഫറ്റിന്റെ മാനേജ്മെന്റ് രഹസ്യങ്ങൾ

വ്യക്തിപരമായും ബിസിനസ്സ്പരമായും ഉയരാൻ
സഹായകമായതെന്ന് അംഗീകരിക്കപ്പെട്ട ഉപായങ്ങൾ

മേരി ബഫറ്റ് & ഡേവിഡ് ക്ലാർക്

പരിഭാഷ : ഹരിത സി.കെ.

MANJUL

മഞ്ജുൾ പബ്ലിഷിങ് ഹൗസ്

First published in India by

MANJUL

Manjul Publishing House

Corporate and Editorial Office

• 2nd Floor, Usha Preet Complex, 42 Malviya Nagar, Bhopal 462 003 – India

Sales and Marketing Office

• C-16, Sector 3, Noida, Uttar Pradesh 201301 – India

Website: www.manjulindia.com

Distribution Centres

Ahmedabad, Bengaluru, Bhopal, Kolkata, Chennai,
Hyderabad, Mumbai, New Delhi, Pune

Malayalam translation of *Warren Buffett's Management Secrets*
by Mary Buffett & David Clark

Published by arrangement with the original publisher, Scribner,
a Division of Simon & Schuster, Inc.

This edition first published in 2023
Second impression 2023

ISBN 978-93-5543-322-0

Translated by Haritha C K

Printed and bound in India by Manipal Technologies Limited

സാമിനും ഡെക്സ്റ്ററിനും

ഉള്ളടക്കം

മൂന്നാം ഘട്ടം

ജോലിയ്ക്ക് ഉചിതമായ മാനേജറെ കണ്ടെത്തുക

നാലാം ഘട്ടം

തൊഴിലാളികളെ പ്രചോദിപ്പിക്കുക

അഞ്ചാം ഘട്ടം

ഭരണനിർവ്വഹണത്തിലെ ചതിക്കുഴികളും, വെല്ലുവിളികളും, ജ്ഞാനസമ്പാദനത്തിനുള്ള മാർഗ്ഗങ്ങളും

ആമുഖം

വാറൻ ബഫറ്റിന്റെ നിക്ഷേപക ജീവിതത്തെക്കുറിച്ചുള്ള ഏട്ടുകളിൽ, ഏറെയും എഴുതപ്പെട്ടിരിക്കുന്നത് അദ്ദേഹത്തിന്റെ നിക്ഷേപ രീതികളെക്കുറിച്ചാണ്. അദ്ദേഹം നടത്തിയിട്ടുള്ള ഓരോ നിക്ഷേപങ്ങളും ഒന്നൊന്നായി എടുത്ത് ഇഴകീറി വിശകലനം ചെയ്യപ്പെട്ടിട്ടുണ്ട്. അദ്ദേഹത്തിന്റെ നിക്ഷേപ രീതികളെക്കുറിച്ച് ഞാനും ഡേവിഡും ചേർന്നെഴുതിയിട്ടുള്ള *ബഫറ്റോളജി, ദി ബഫറ്റോളജി വർക്ക്ബുക്ക്, ദി ന്യൂ ബഫറ്റോളജി, ദി റ്റൗ ഓഫ് വാറൻ ബഫറ്റ്, ദി ഇന്റർപ്രെറ്റേഷൻ ഓഫ് ഫിനാൻഷ്യൽ സ്റ്റേറ്റ്മെന്റ്സ്* എന്നിവയൊക്കെ നല്ലപോലെ വിറ്റഴിഞ്ഞിട്ടുള്ള പുസ്തകങ്ങളാണ്.

പക്ഷെ, ബഫറ്റിനെക്കുറിച്ച് എഴുതപ്പെട്ടിട്ടുള്ള സാഹിത്യങ്ങളിലൊക്കെയും കടന്നുവരാതിരുന്ന ഒരു മേഖല, അദ്ദേഹം തന്റെ ജീവിതത്തെയും, ബിസിനസ്സിനെയും, ബർക്-ഷയർ ഹാത്ത്-വെയുടെ ലോകമെമ്പാടുമുള്ള 233,000 ജീവനക്കാരെയും എങ്ങനെ മനോഹരമായി കൈകാര്യം ചെയ്തു എന്നുള്ളതാണ്. ഇൻവെസ്റ്റിംഗിൽ മാത്രമല്ല, മികച്ച ഒരു മാനേജർ എന്ന നിലയ്ക്കും അദ്ദേഹം നിപുണനാണ്. വിവിധ കമ്പനികളിൽ നിന്നും നേരിട്ടും അല്ലാതെയും അദ്ദേഹത്തിന് റിപ്പോർട്ട് ചെയ്യുന്നത് എൺപത്തിയെട്ടിൽപ്പരം സി.ഇ.ഒ-മാരാണ്. മിടുക്കരായ, വിവിധ മേഖലകളിൽ നിന്നുള്ള ഇത്രയധികം മാനേജർമാർക്ക് നേതൃത്വം നൽകുകയും, അവരിലൂടെ ഒന്നാന്തരം ബിസിനസ്സ് നടത്തുകയും ചെയ്തിട്ടുള്ള മറ്റൊരു മനുഷ്യനും നവ ബിസിനസ്സ് മേഖലയിൽ ഉണ്ടാവില്ല.

ബഫറ്റിന്റെ മാനേജീരിയൽ റെക്കോർഡ്, അദ്ദേഹത്തിന്റെ തന്നെ അത്ഭുതകരമായ ബർക്-ഷയർ ഹാത്ത്-വെയ് ഇൻവെസ്റ്റ്മെന്റ് റെക്കോർഡിനെ പല നിലയ്ക്കും മറികടന്നിട്ടുണ്ട്. 1979-ൽ ഒരു ഷെയറിന് 18 ഡോളർ ഉണ്ടായിരുന്ന കമ്പനിയുടെ ഓപ്പറേഷനൽ ആന്വൽ നെറ്റ് ഇൻകം, 2007 ആയപ്പോഴേയ്ക്കും ഒരു ഷെയറിന് 4,093 ഡോളർ എന്ന നിലയിലേയ്ക്ക് കുതിച്ചുയർന്നിരുന്നു.

ഇത് 21.39 ശതമാനം കോമ്പൗണ്ടിങ് ആന്വൽ ഗ്രോത്ത് റേറ്റിന് തുല്യമാണ്. വാറനും അദ്ദേഹത്തിന്റെ മാനേജർമാരും ചേർന്ന് മികച്ച പ്രകടനമാണ് കാഴ്ച വയ്ക്കുന്നത് എന്നുള്ളതിന്റെ ഏറ്റവും നല്ലൊരു സാക്ഷ്യം തന്നെയാണത്. (താരതമ്യേന നോക്കുകയാണെങ്കിൽ, ഇതേ കാലയളവിലെ *ബർക്-ഷയറിന്റെ ഇൻവെസ്റ്റ്മെന്റ് പോർട്ട്ഫോളിയോ* 19.78 ശതമാനം എന്ന ആന്വൽ കോമ്പൗണ്ടിങ് റേറ്റിലാണ് വളർന്നത്. അതായത്, വാറൻ എന്ന മാനേജർ, വാറൻ എന്ന നിക്ഷേപകനെ കടത്തിവെട്ടിയിരിക്കുന്നു എന്ന് നിസ്സംശയം പറയാം).

വാറൻ ബഫറ്റ് എന്ന വ്യക്തിയുടെ ഒരു സമ്പൂർണ്ണ ചിത്രം കൊണ്ടുവരാനുള്ള ഞങ്ങളുടെ അന്വേഷണത്തിൽ നിന്നുമാണ് അദ്ദേഹത്തിന്റെ മാനേജ്മെന്റ് രീതികളെ ആഴത്തിൽ പ്രതിപാദിക്കുന്ന ഏറ്റവും ആദ്യത്തെ ഈ പുസ്തകം രൂപം കൊണ്ടത്. ആ രീതികൾ എന്തൊക്കെയാണെന്നും, അത് എങ്ങനെയൊക്കെ പ്രാവർത്തികമാക്കാമെന്നും ഇതിലുണ്ട്. വാറന്റെ ജീവിതത്തിൽ ഡെയ്ൽ കാർനെഗി ചെലുത്തിയ സ്വാധീനവും, കാർനെഗിയുടെ ഉപദേശങ്ങൾ എങ്ങനെയാണ് ഇന്നത്തെ മിടുക്കനായ വാറൻ എന്ന മാനേജറിനെ വാർത്തെടുത്തത് എന്നും ഇതിൽ ചർച്ച ചെയ്യുന്നുണ്ട്.

വായിക്കാനുള്ള എളുപ്പത്തിനായി ചെറിയ അധ്യായങ്ങളായാണ് ഞങ്ങൾ പുസ്തകം തയ്യാറാക്കിയിരിക്കുന്നത്. വാറന്റെ രീതികൾ ലളിതവും, മനസ്സിലാക്കാൻ എളുപ്പവുമാണ്. പക്ഷെ അവയുടെ സ്വാധീനം പ്രബലമാണ്.

വരും തലമുറകളെ വാറന്റെ ജ്ഞാനദീപ്തമായ ഈ മാനേജ്മെന്റ് രീതികൾ സ്വാധീനിക്കുമെന്നും, പ്രായഭേദമെന്യേ എല്ലാവർക്കും അത് പ്രചോദനമേകി, അവരുടെ സ്വപ്നങ്ങൾ നേടാൻ കരുത്തു നൽകുമെന്നും ഉറപ്പുള്ളതിനാൽ, ഈ പുസ്തകം ഭാവിയിലേയ്ക്ക് ഒരു മുതൽക്കൂട്ടാകും എന്നതിൽ സംശയമില്ല.

മേരി ബഫറ്റ്, ഡേവിഡ് ക്ലാർക്
ജൂലൈ 1, 2009

അവലോകനം

വാറൻ ബഫറ്റിന്റെ മാനേജ്മെന്റ് തന്ത്രങ്ങൾ

ഒരിക്കൽ ഒരിടത്ത് അധികം ആരോടും ഇടപഴകാൻ കൂട്ടാക്കാത്ത ഒരു യുവാവുണ്ടായിരുന്നു – വാറൻ ബഫറ്റ് എന്നായിരുന്നു അയാളുടെ പേര്. തന്റെ ഇരുപതാമത്തെ വയസ്സിൽപ്പോലും, ആളുകളുടെ മുൻപിൽ പോയി നിൽക്കാനോ, അവരെ അഭിമുഖീകരിച്ച് സംസാരിക്കാനോ ഉള്ള ധൈര്യം അയാൾക്കുണ്ടായിരുന്നില്ല. അങ്ങനെയിരിക്കുമ്പോഴാണ് ഡെയ്ൽ കാർനെഗിയുടെ പ്രഭാഷണ കലയെക്കുറിച്ചുള്ള ഒരു പരിശീലന പദ്ധതി അദ്ദേഹത്തിന്റെ ജീവിതം മാറ്റിമറിച്ചത്. ഒരു ആൾക്കൂട്ടത്തെ അഭിമുഖീകരിച്ചു സംസാരിക്കാനുള്ള ആത്മവിശ്വാസവും കഴിവും നേടുക മാത്രമല്ല; മറിച്ച്, എങ്ങനെ സൗഹൃദങ്ങൾ നേടാമെന്നും, എങ്ങനെ മറ്റുള്ളവരെ പ്രചോദിപ്പിക്കാമെന്നും അവിടെനിന്നും അദ്ദേഹം പഠിച്ചു. ഈ കാർനെഗി-വിദ്യാഭ്യാസം തന്റെ ജീവിതത്തെ മാറ്റിമറിച്ച ഒന്നാണെന്നും, തനിക്ക് ലഭിച്ചിട്ടുള്ള ഏറ്റവും വലിയ ഒരു ഡിപ്ലോമയാണതെന്നും വാറൻ കരുതുന്നു.

പ്രഭാഷണത്തിൽ മികവ് പുലർത്താൻ തുടങ്ങിയതോടെ, ആളുകളോട് എങ്ങനെ ഇടപഴകണം എന്ന ഡെയ്ൽ-ഫിലോസഫിയുടെ ഒരു വിശ്വാസിയായി വാറൻ മാറി. *ഹൗ ടു വിൻ ഫ്രണ്ട്സ് ആൻഡ് ഇൻഫ്ലുവെൻസ് പീപ്പിൾ* എന്ന കാർനെഗിയുടെ പുസ്തകം പലതവണ വായിക്കുകയും, അതിന്റെ പ്രസക്ത ഭാഗങ്ങൾ അടിവരയിട്ടു വയ്ക്കുകയും, പല ഖണ്ഡങ്ങളും മനഃപാഠമാക്കുകയും ചെയ്തു. ആളുകളുമായി ഇടപെടുന്നതിൽ ഒരു വേദപുസ്തകമായി അദ്ദേഹം കണക്കാക്കിയിരുന്നത് ഈ പുസ്തകമാണ്, അദ്ദേഹത്തിന്റെ മാനേജ്മെന്റ് ഫിലോസഫിയുടെ ആധാരശില എന്നും പറയാം.

അദ്ദേഹം വിജയിച്ച ഒരു വ്യക്തിയായിരുന്നോ?

ലോകത്തിലെ മുൻനിര ഏവിയേഷൻ ട്രെയിനിങ് കമ്പനിയായ ഫ്ലൈറ്റ് സേഫ്റ്റി ഇന്റർനാഷണൽ ഐ എൻ സി-യുടെ, സ്ഥാപകനും ചെയർമാനുമായ എ.എൽ. യൂൾച്ചി (A.L. Ueltschi), തന്റെ തലവനായ വാറനെക്കുറിച്ച്, എഴുത്തുകാരനായ റോബർട്ട് പി മൈൽസിനോട് ഇങ്ങനെയാണ് പറഞ്ഞത് : "ഒരു നല്ല മാനേജറിന്റെ ഏറ്റവും നല്ല ഗുണം ലീഡർഷിപ് അഥവാ നേതൃപാടവം ആണ്." അതിന്റെ അക്ഷരങ്ങൾ തന്നെ (LEADERSHIP), ഒരു നല്ല മാനേജർ എങ്ങനെയാവണം എന്ന് സൂചിപ്പിക്കുന്നു :

L എന്നാൽ Loyalty (വിശ്വസ്തത)

E എന്നാൽ Enthusiasm (ഉത്സാഹം)

A എന്നാൽ Attitude (മനോഭാവം)

D എന്നാൽ Discipline (അച്ചടക്കം)

E എന്നാൽ Example (ഉദാഹരണം) – നമ്മൾ നല്ല ഉദാഹരണങ്ങൾ ആയിരിക്കണം.

R എന്നാൽ Respect (ബഹുമാനം)

S എന്നാൽ Scholarliness (പാണ്ഡിത്യം,)

H എന്നാൽ Honesty (സത്യസന്ധത)

I എന്നാൽ Integrity (സമഗ്രത)

P എന്നാൽ Pride (അഭിമാനം)

"വാറൻ ബഫറ്റിൽ ഈ ഗുണങ്ങൾ എല്ലാം ഉണ്ട് എന്നതാണ് അദ്ദേഹത്തിൽ എനിക്കേറ്റവും ഇഷ്ടപ്പെട്ട കാര്യം".

വാറന്റെ നേതൃഗുണങ്ങൾ നമുക്കൊന്ന് പരിശോധിക്കാം. അതിനോടൊപ്പം തന്നെ, എങ്ങനെയാണ് അദ്ദേഹം തന്റെ അറിവുകളെ ക്രമപ്പെടുത്തി വിജയകരമായ ഒരു മാനേജ്മെന്റ് ഫോർമുല ഉണ്ടാക്കിയത് എന്നും; മറ്റുള്ള മാനേജർമാർക്ക് പോലും കൊതി തോന്നുന്ന തരം ഒരു മാനേജർ ആയി അദ്ദേഹം മാറിയതെങ്ങനെ എന്നും; തൽഫലം ലോകത്തിലെ രണ്ടാമത്തെ ധനികനായിത്തീർന്നത് എങ്ങനെയാണെന്നും നോക്കാം.

ഈയൊരു പഠനം സുഗമമാക്കുന്നതിനായി വാറന്റെ മാനേജ്മെന്റ് ഫിലോസഫിയെ അഞ്ച് ഭാഗങ്ങൾ അഥവാ ഘട്ടങ്ങളായി ഞങ്ങൾ വിഭജിച്ചിട്ടുണ്ട്. ഓരോന്നും, മറ്റുള്ളവയോട്

കൂടി പ്രതിപ്രവർത്തിച്ച് മാനേജ്മെന്റ് സ്കിൽസിന്റെ ഒരു മികച്ച സങ്കലനമാകുന്നു.

1. ഉചിതമായ ബിസിനസ്സ് തിരഞ്ഞെടുക്കുക

എല്ലാ ബിസിനസ്സുകളും ഒരുപോലെയല്ല സൃഷ്ടിച്ചിരിക്കുന്നത് എന്നാണ് വാറന്റെ കണ്ടെത്തൽ. ശരിയായ ബിസിനസ്സ് സ്വന്തമായി തുടങ്ങുകയോ, മാനേജ് ചെയ്യുകയോ, അതിനു വേണ്ടി പ്രവർത്തിക്കുകയോ ചെയ്യുകയും, അതിന് ഉതകുന്ന വിധത്തിൽ ശരിയായി ധനവിനിമയം ചെയ്യുകയും വേണം എന്നതാണ് ആദ്യത്തെ പടി. നിങ്ങൾ ഒരു ഉടമയോ, മാനേജറോ, ജീവനക്കാരനോ ആയിക്കൊള്ളട്ടെ – തുടക്കം മുതൽ തന്നെ മേൽക്കൈ നേടുന്നത് അങ്ങനെയാണ്.

2. അധികാര വിന്യാസം ചെയ്യുക

അധികാരവിന്യാസം കൃത്യമായി ചെയ്യുന്നതിൽ വാറന്റെ സവിശേഷമായ കാഴ്ചപ്പാടാണ് രണ്ടാമത്തെ പടി. ഇതാണ്, നഷ്ടത്തിലായിക്കൊണ്ടിരുന്ന ഒരു ചെറിയ ടെക്സ്റ്റൈൽ കമ്പനിയിൽ നിന്നും, ലോകോത്തര നിലവാരമുള്ള ഒരു കൂറ്റൻ ബിസിനസ്സ് സാമ്രാജ്യമായി വളരാൻ ബർക്-ഷയർ ഹാത്ത്-വെയെ സഹായിച്ചത്.

3. ഉചിതമായ കഴിവുകളുള്ള ഒരു മാനേജറിനെ കണ്ടെത്തുക

മൂന്നാമത്തേത്, ഒരു മികച്ച ബിസിനസ്സ് നടത്തിക്കൊണ്ടു പോകാൻ വേണ്ടുന്ന കഴിവുകൾ എന്തൊക്കെയാണെന്ന് മനസ്സിലാക്കുക എന്നുള്ളതാണ്. വാറൻ എപ്പോഴും ശ്രദ്ധിച്ചിരുന്നത്, ആത്മാർഥത, ബുദ്ധിസാമർഥ്യം, ബിസിനസ്സിനോടുള്ള അഭിനിവേശം എന്നിവയാണ്. ഒരു നല്ല മാനേജറായി വളർന്നുവരാൻ ആഗ്രഹിക്കുന്ന നമ്മൾ ഓരോരുത്തരും സ്വയം വളർത്തിയെടുക്കേണ്ടുന്ന ഗുണങ്ങളും ഇവയൊക്കെത്തന്നെയാണ്.

4. തൊഴിലാളികളെ പ്രചോദിപ്പിക്കുക

നല്ലൊരു ബിസിനസ്സ് കണ്ടുപിടിച്ച്, അതിനു പറ്റിയ ഒരു മാനേജറെയും ഏർപ്പാടാക്കി കഴിഞ്ഞാൽ, പിന്നെ അവരെയൊക്കെ മികച്ച പ്രകടനം കാഴ്ച വയ്ക്കുന്ന തരത്തിൽ പ്രചോദിപ്പിക്കുക എന്നതാണ് വാറന്റെ പ്രധാന കടമ. ഇതുകൊണ്ടു തന്നെ മാനേജർമാരും, ജോലിക്കാരും, ബിസിനസ്സും ഉൽപാദകക്ഷമമാവുക തന്നെ ചെയ്യും. ഇവിടെ, കാർനെഗിയുടെ രീതികളെ വാറൻ എങ്ങനെയൊക്കെ ഉപയോഗപ്പെടുത്തി എന്നും, വിപുലീകരിച്ചു എന്നും നമ്മൾ മനസ്സിലാക്കും. മറ്റുള്ള വ്യക്തികളെ നേട്ടങ്ങൾ കൊയ്യാൻ പ്രാപ്തരാക്കും വിധം പ്രചോദിപ്പിക്കണം എന്നതാണ് ഒരു മികച്ച മാനേജർക്കു വേണ്ട ഏകഗുണം. ഒന്നിനു പിറകെ ഒന്നായി ഓരോ ബിസിനസ്സുകളും മികച്ച പ്രകടനം കാഴ്ച വയ്ക്കുന്ന രീതിയിൽ മാനേജർമാരെ വാർത്തെടുക്കുന്നതിനാവശ്യമായ കഴിവുകൾ വാറൻ സ്വയം ഉണ്ടാക്കിയെടുത്തിരുന്നു. ബർക്ക്-ഷയർ ഹാത്ത്-വെയ് ഒരു 150 ബില്യൺ ഡോളർ മാർക്കറ്റ് ക്യാപ് ഉള്ള കമ്പനിയായി ഉയർന്നു വന്നത് അങ്ങനെയാണ്.

5. വിവിധ പ്രശ്നങ്ങൾക്കുള്ള മാനേജീരിയൽ മൗലിക തത്വങ്ങൾ

ലെവറേജ് നിയന്ത്രണാധീനമാക്കുന്നത് മുതൽ സത്യസന്ധരല്ലാത്ത ജോലിക്കാരെ കൈകാര്യം ചെയ്യുന്നതും, ചെലവുകൾ ചുരുക്കുന്നതും വരെ എല്ലാത്തിനും സ്വതസിദ്ധമായ ചില മാനേജീരിയൽ പ്രമാണങ്ങളുണ്ട് ബഫറ്റിന്.

ഈ പുസ്തകത്തിന്റെ അവസാനഭാഗത്ത്, നമ്മുടെ ദൈനംദിന ജീവിതം എങ്ങനെ കൈകാര്യം ചെയ്യണം എന്നതിനായി കുറച്ച് 'വാറനിസങ്ങൾ' കൂടി നമുക്ക് നോക്കാം. വിജയം എന്നത്, ജീവിതത്തിലും ബിസിനസ്സിലും ഒരുപോലെ വേണ്ട ഒന്നാണ്. നമ്മുടെ ലൈഫ് മാനേജ്മെന്റ് സ്കില്ലുകൾ മെച്ചപ്പെടുത്താൻ വേണ്ട ഉപയോഗപ്രദമായ ചില പൊടിക്കൈകൾ വാറന്റെ കൈയിൽ ഉണ്ട്.

ഇനി അധികം വൈകിക്കുന്നില്ല...

വാറൻ ബഫറ്റിന്റെ
മാനേജ്മെന്റ് തന്ത്രങ്ങൾ

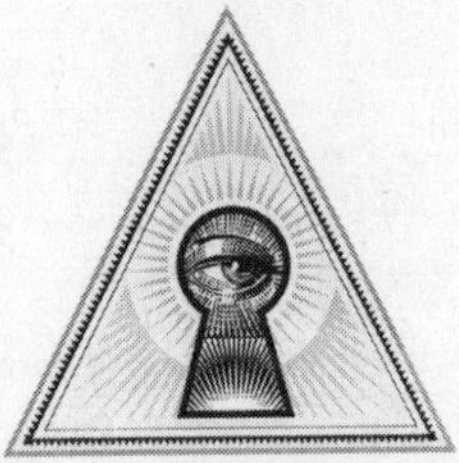

ഒന്നാം ഘട്ടം

ഉചിതമായ ഒരു ബിസിനസ്സോ കമ്പനിയോ തിരഞ്ഞെടുക്കുക

നല്ല ശമ്പളം തരുന്ന വിജയകരമായ ഒരു കരിയറും; കഠിനവും വിരസവുമായ ജോലിയുള്ള ജീവിതവും തമ്മിലുള്ള വ്യത്യാസം തന്നെയാണ് ഉചിതമായ ബിസിനസ്സിന് വേണ്ടി ജീവിക്കണം എന്നതിന്റെ അർത്ഥം. വിജയകരമായ ഒരു ദീർഘകാല ഇൻവെസ്റ്റ്മെന്റും, യാതൊരു വരുമാനവും കൊണ്ടുവരാത്ത ഒന്നും തമ്മിലുള്ള വ്യത്യാസമാണ് അതെന്നും പറയാം. ചില കമ്പനികളുടെ ബിസിനസ്സ് ഇക്കണോമിക്സിന് സഹജമായ ഒരു മികവുണ്ടാകുമെന്നും, അത്തരം ഇടങ്ങളിൽ നിൽക്കുന്ന മാനേജർ അത്ര കഴിവുള്ളവർ അല്ലെങ്കിൽ പ്പോലും മികച്ചവരായി തോന്നാമെന്നും വാറൻ കരുതുന്നു. അദ്ദേഹം സ്വന്തമാക്കാൻ ആഗ്രഹിച്ചിരുന്നതും, നമ്മൾ ജോലി ചെയ്യണം എന്ന് ആഗ്രഹിക്കുന്നതും അത്തരം കമ്പനികളാണ്. ഇത്തരം നല്ല ബിസിനസ്സുകളെ തിരിച്ചറിയാൻ സഹായിക്കുന്ന കുറച്ച് സവിശേഷതകൾ വാറൻ കണ്ടെത്തിയിട്ടുണ്ട്. നമുക്ക് അവിടെ നിന്നും തുടങ്ങാം.

1

മികച്ച കരിയർ അവസരങ്ങളുള്ള ബിസിനസ്സ് എങ്ങനെ കണ്ടെത്താം

"നല്ലപോലെ വളരുകയും അതിന് വേണ്ടി ധാരാളം ക്യാപിറ്റൽ ആവശ്യമായി വരുകയും ചെയ്യുന്ന ബിസിനസ്സും, അധികം ക്യാപിറ്റൽ ഇല്ലാതെ തന്നെ നന്നായി വളരുന്ന ബിസിനസ്സും തമ്മിൽ വലിയ അന്തരമുണ്ട്."

—വാറൻ ബഫറ്റ്

ഒരു ദീർഘകാല നിക്ഷേപകനായും, ബിസിനസ്സ് മാനേജറായുമുള്ള വാറന്റെ വിജയം മനസ്സിലാക്കുവാൻ സഹായിക്കുന്ന പ്രധാനപ്പെട്ട ഒന്നാണിത്. അനുകൂലമായ സുപ്പീരിയർ ഇക്കണോമിക്സ് ഉള്ള ബിസിനസ്സുകൾ, തങ്ങൾ സമ്പാദിക്കുന്ന പണമായിരിക്കും, മൂലധനത്തേക്കാൾ കൂടുതലായി ഉപയോഗിക്കുക. കാരണം, അവരുടെ കൈയിൽ ബ്രാൻഡ് നെയിം ഉള്ള ഒരു ഉത്പന്നമോ, ഉയർന്ന പണം ഈടാക്കാൻ സഹായിക്കുന്ന തരം ഒരു പ്രധാനപ്പെട്ട സേവനമോ ഉണ്ടാകും. ഇതുമൂലം അവർക്ക് ഭേദപ്പെട്ട ലാഭവിഹിതം ലഭിക്കുന്നു.

ഒരിക്കലും മാറ്റം വരുത്തേണ്ടതില്ലാത്ത, നല്ല ബ്രാൻഡ് നെയിം ഉള്ള ഒരു ഉത്പന്നമാണ് ഉള്ളതെങ്കിൽ, ഗവേഷണത്തിനും വികസനത്തിനും വേണ്ടി വലിയ തുക ചെലവഴിക്കേണ്ട ആവശ്യകത വേണ്ടിവരുന്നില്ല. മാത്രവുമല്ല ഡിസൈൻ മാറ്റങ്ങൾ വരുത്തുന്നതിന് വേണ്ടി ഇടയ്ക്കിടെ പ്ലാന്റും, ഉപകരണങ്ങളുമൊക്കെ നവീകരിക്കേണ്ട ആവശ്യവുമില്ല. അതുകൊണ്ടുതന്നെ, നശിക്കുന്നത് വരെ എത്രവർഷം

വേണമെങ്കിലും അതേ ഉപകരണങ്ങളും പ്ലാന്റും ഒക്കെ വീണ്ടും വീണ്ടും ഉപയോഗിക്കാൻ കഴിയും. ഇത്തരത്തിൽ മിച്ചം പിടിക്കുന്ന പണം കൊണ്ട്, കമ്പനിക്ക് അധികബാധ്യത ഉണ്ടാക്കാതെയും, പുതിയ ഷെയറുകൾ വിൽക്കാതെയും, ബിസിനസ്സ് വിപുലപ്പെടുത്താൻ സാധിക്കും. ഉയർച്ചയ്ക്ക് വേണ്ടുന്ന മൂലധനം നമുക്കു തന്നെ ഉണ്ടാക്കാൻ കഴിയും. ഇതെല്ലാംകൊണ്ടു തന്നെ, ഇത്തരം സൂപ്പർ കമ്പനികളിലെ മാനേജർമാർ തീർച്ചയായും മികച്ചവരാണെന്നു തോന്നും!

ഉദാഹരണത്തിനായി : കൊക്ക-കോള പോലെയുള്ള ഒരു കമ്പനി, വിപണിയിൽ മുന്നിട്ടു നിൽക്കാൻ വേണ്ടി, അതിന്റെ ഉത്പന്നത്തിന്റെ ഡിസൈൻ മാറ്റുന്നതിനായോ, നിർമ്മാണ പ്ലാന്റുകളുടെ നവീകരണത്തിനോ വേണ്ടി കോടിക്കണക്കിനു ഡോളറുകൾ ചെലവാക്കേണ്ടതില്ല. ഇതുകൊണ്ട്, മറ്റുള്ള കമ്പനികൾ വാങ്ങിക്കുക, മാനേജർമാർക്ക് കനത്ത ബോണസ്സുകൾ നൽകുക തുടങ്ങിയ രസകരമായ കാര്യങ്ങൾക്കായി ചെലവഴിക്കാൻ അവരുടെ കൈയിൽ ധാരാളം പണം ബാക്കിയുണ്ടാവും. അതേസമയം, ജനറൽ മോട്ടോർസ് എന്ന കമ്പനിയുടെ കാര്യം നേർവിപരീതമാണ്. ലോകത്തുള്ള ഫോർഡുകളുടെയും ടോയോട്ടകളുടെയും കൂടെ പിടിച്ചുനിൽക്കണമെങ്കിൽ, അവർ ഓരോ വർഷവും പുതിയ മട്ടിലുള്ള വണ്ടികൾ ഇറക്കിയേ തീരൂ. അതുകൊണ്ടു തന്നെ, പുതിയ ഡിസൈനുകൾക്ക് വേണ്ടിയും, പ്ലാന്റുകൾ അതിനായി പുതുക്കുന്നതിന് വേണ്ടിയും, കോടികൾ അവർ ചെലവഴിക്കേണ്ടതുണ്ട്.

നിങ്ങളിതിൽ ഏത് കമ്പനിയാവും തിരഞ്ഞെടുക്കുക – സ്വയമേ ടൺ കണക്കിന് അധിക പണം ഉണ്ടാക്കുന്ന കമ്പനിയോ അതോ, സ്വന്തം പണം അധികമായി ചെലവഴിക്കുന്ന കമ്പനിയോ? തീർച്ചയായും, കൈയിൽ അധികമായി പണം ഉള്ള കമ്പനി തന്നെയാവും. കാരണം, അത്തരത്തിൽ പണമുള്ള ഒരു കമ്പനിയിലെ മാനേജ്മെന്റ് നന്നായിട്ടുണ്ട് എന്ന് പുറമെ തോന്നും. മാത്രവുമല്ല, വർഷാവസാനം, നല്ല ബോണസ്സുകൾ തരാനുള്ള കെൽപ്പും അവർക്കുണ്ട് എന്ന് നമുക്ക് അനുമാനിക്കാനാവും.

കൂടുതൽ പ്രതിഫലം കൈപ്പറ്റുന്നത്, എന്തുകൊണ്ടും ഒരു നല്ല കാര്യമാണ്.

സുസ്ഥിരമായ മത്സരാധിഷ്ഠിത നേട്ടമുള്ള കമ്പനികൾ

വാറന്റെ തന്നെ ഭാഷയിൽ പറഞ്ഞാൽ, സ്വന്തമാക്കാനും, നിക്ഷേപി

ക്കാനുമൊക്കെ ഏറ്റവും നല്ലത്, സുസ്ഥിരമായ മത്സരാധിഷ്ഠിത നേട്ടത്തിന് മുൻഗണനയുള്ള കമ്പനികളാണ്. കരിയർ ഉയർച്ചയും, തൊഴിൽ ഭദ്രതയും, ദീർഘകാലം പണമുണ്ടാക്കാനുള്ള മികച്ച സാധ്യതകളും ഉള്ളതിനാൽ, ജോലി ചെയ്യാനും നല്ല ഇടങ്ങളാണ് ഇത്തരം കമ്പനികൾ. മറ്റാരും കടന്നുവരാൻ സാധ്യതയില്ലാത്ത തരത്തിലാണ് ഇവർ വിപണി കീഴടക്കി വച്ചിരിക്കുന്നത്. അതായത്, ഈ കമ്പനികളുടെ ഉൽപന്നങ്ങൾ എന്ന് പറയുന്നത്, ഒരിക്കലും മാറാറുമില്ല, വിൽക്കാനും എളുപ്പമാണ്. മാത്രവുമല്ല, ഉപഭോക്താക്കളുടെ ഹൃദയത്തിൽ അവയ്ക്കൊരു സ്ഥാനം ഉണ്ടു താനും. ഇതിനർത്ഥം തന്നെ, ഉയർന്ന ലാഭവിഹിതവും, ഇൻവെന്ററി ടേണോവറും ഉണ്ട് എന്നാണ്. അതുകൊണ്ട്, ഈ കമ്പനികളിൽ പണത്തിനൊരു പഞ്ഞവുമുണ്ടാകില്ല.

അതേ സമയം, മോശം ഇക്കണോമിക്സ് നിലയുള്ള കമ്പനികളും ഉണ്ട്. അവയിൽ എന്തെങ്കിലും ശ്രദ്ധേയമായത് ചെയ്യുക എന്നുള്ളത് വളരെ കഠിനമായ ഒന്നാണ്. വളരെ ക്ഷണികമായ ഉയർച്ച-താഴ്ചകളാണ് അവയിലുണ്ടാവുക. ഇന്ന് താരമായി തിളങ്ങുന്ന ആൾക്ക് നാളെത്തന്നെ ജോലിയില്ലാത്ത അവസ്ഥയും അവിടെയുണ്ടാകും.

അതിനാൽ, നമുക്ക് ഔദ്യോഗിക രംഗത്ത് ഗുണകരമായി വരാൻ സഹായകമാകുന്നത്, സുസ്ഥിരമായ മത്സരത്തിന് മുൻഗണനയുള്ള ഇത്തരം കമ്പനികളാണ്. ഈ കമ്പനികൾ പൊതുവെ മൂന്ന് അടിസ്ഥാന ബിസിനസ്സ് മോഡലുകളിലാണുണ്ടാവുക എന്നാണ് വാറൻ അഭിപ്രായപ്പെടുന്നത് : അവ ഒന്നുകിൽ (1) സമാനതകളില്ലാത്ത ഒരു ഉല്പന്നമായിരിക്കണം വിൽക്കുന്നത്, അല്ലെങ്കിൽ (2) സമാനതകളില്ലാത്ത ഒരു സേവനം ആയിരിക്കും നൽകുന്നത്, അതുമല്ലെങ്കിൽ, (3) സമൂഹത്തിന് നിരന്തരം ആവശ്യമായി വരുന്ന ഏതെങ്കിലും ഉത്പന്നമോ സേവനമോ കുറഞ്ഞ വിലയ്ക്ക് വാങ്ങുകയും വിൽക്കുകയും ചെയ്യുന്നവരാകണം.

ഈ മൂന്നുതരം ബിസിനസ്സുകളെയും, അവ കൊണ്ടുവരുന്ന ജോലിസാധ്യതകളെക്കുറിച്ചും നമുക്ക് വിശദമായി ഒന്നു നോക്കാം.

സമാനതകളില്ലാത്ത ഉത്പന്നം വിൽക്കുന്ന കമ്പനികൾ : ഇത്, കൊക്ക-കോളയുടെയും, പെപ്സിയുടെയും, റിഗ്‌ളിയുടെയും, ഹെർഷെയുടെയും, ക്ലൂഗ്ഗിന്റെയും, ഗിന്നസ്സിന്റെയും, ക്രാഫ്റ്റിന്റെയും, മെർക്ക് ആൻഡ് കമ്പനിയുടെയും, ജോൺസൺ ആൻഡ്

ജോൺസണിന്റെയും, പ്രോക്ടർ ആൻഡ് ഗാമ്പിളിന്റെയും, ഫിലിപ്പ് മോറിസിന്റെയും ലോകമാണ്. ഉപഭോക്താക്കളുടെ ആവശ്യവും അനുഭവവും തൃപ്തിപ്പെടുത്തുന്നതിലൂടെയും, പരസ്യങ്ങൾ മുഖാന്തരമുള്ള പ്രചാരങ്ങളിലൂടെയും, ഈ കമ്പനികൾ അവരുടെ ഉത്പന്നങ്ങൾക്ക് നമ്മുടെ മനസ്സിൽ ചിരപ്രതിഷ്ഠ നേടിക്കൊടുത്തിരിക്കുന്നു. അവയുമായി ബന്ധപ്പെട്ട ആവശ്യങ്ങൾ വരുമ്പോൾ, ഈ ഉത്പന്നങ്ങൾ തന്നെയാണ് ആദ്യം നമ്മുടെയെല്ലാം മനസ്സിലേയ്ക്ക് ഓടിയെത്തുക. കുറച്ച് ബബിൾഗം വേണം എന്നു തോന്നുന്നുണ്ടോ? റിഗ്ലി ആയിരിക്കും നിങ്ങളുടെ മനസ്സിലേയ്ക്ക് വരുന്നത്. ഉഷ്ണമുള്ള ഒരു പ്രവർത്തിദിവസം അവസാനിക്കുമ്പോൾ നല്ല തണുത്ത കുറച്ച് ബിയർ കുടിക്കണം എന്ന് തോന്നുന്നുണ്ടെങ്കിൽ, ബഡ്-വൈസറോ, കൂഴ്സോ ആയിരിക്കും നിങ്ങളുടെ മനസ്സിൽ. കഴിഞ്ഞ 284 വർഷങ്ങളായി, മഴ പെയ്യുന്ന തണുത്ത വൈകുന്നേരങ്ങളിൽ ഐറിഷുകാർക്ക് പ്രിയം കുറച്ച് ഗിന്നസ്സ് ബിയറുമായി, അവിടുത്തെ കൊച്ചു പബ്ബുകളിലിരുന്ന് തീ കായുന്നതാണ്. ഫിലിപ്പ് മോറിസാകട്ടെ, ലോകമെമ്പാടും മാൾബറോ സിഗരറ്റുകൾ വിറ്റ്, കോടിക്കണക്കിനു സമ്പത്തുണ്ടാക്കി.

ഉപഭോക്താക്കളുടെ ഹൃദയത്തിൽ ഇടം പിടിച്ച കമ്പനികളാണിവ എന്നാണ് ഇവയെപ്പറ്റി വാറൻ പറയാറുള്ളത്. അത്തരത്തിൽ ഒരു സ്ഥാനമുള്ള കമ്പനികൾ ഇടയ്ക്കിടയ്ക്ക് തങ്ങളുടെ ഉത്പന്നങ്ങൾ മാറ്റേണ്ടതായി വരുന്നില്ല. ഇത് തീർച്ചയായും ഒരു നല്ല കാര്യം തന്നെയാണ്. ഇത്തരം ഉത്പന്നങ്ങളുടെ വില കൂട്ടിയാൽ പോലും, അവ അധിക അളവിൽത്തന്നെ വിറ്റുപോകും. ഇവരുടെ ലാഭവിഹിതം മാത്രമല്ല, ഇൻവെന്ററി ടേൺഓവറും ഉയർന്നുതന്നെ നിൽക്കും. അതുകൊണ്ടുതന്നെ, ഇവരുടെ വരുമാനത്തിന്റെ അടിത്തറ ശക്തമായിരിക്കും. വാർഷിക വരുമാനത്തിൽ സ്ഥിരതയും, ബാലൻസ് ഷീറ്റിൽ വായ്പ കുറവുമുള്ള ഇത്തരം കമ്പനികൾ കണ്ടുപിടിക്കാൻ എളുപ്പമാണ്.

ഔദ്യോഗികമായി നോക്കിയാൽ, ഒരു മാനേജീരിയൽ തലത്തിലേയ്ക്ക് വളരെപ്പെട്ടെന്ന് ഉയർന്നു തിളങ്ങുവാനുള്ള സാധ്യതകൾ ഇത്തരം കമ്പനികൾ നൽകുന്നു. ഇവിടെ പണം ധാരാളമുണ്ട്. അതുകൊണ്ട്, നല്ല ശമ്പളവും ബോണസ്സുമൊക്കെ കൊടുക്കാൻ അവർക്ക് കഴിയും. പണമുള്ളതുകൊണ്ടു തന്നെ, മറ്റുള്ള ബിസിനസ്സുകൾ വാങ്ങാനും, പുതിയ ബിസിനസ്സുകളിലേയ്ക്കിറങ്ങാനും സാധ്യതകൾ ധാരാളമുണ്ട്. ഒരു യുവ മാനേജർക്ക് തിളങ്ങാൻ ഇതിൽപ്പരം എന്തുവേണം? ഒരു കൊക്ക-കോള കുടിക്കുന്ന ലാഘവ

ത്തോടെ, നമ്മുടെ കരിയർ ഉൾപ്പടെയുള്ള കാര്യങ്ങൾ മെച്ചപ്പെടുത്തി യെടുക്കാൻ കഴിയും.

സമാനതകളില്ലാത്ത സേവനങ്ങൾ നൽകുന്ന കമ്പനികൾ : ഇത്, മൂഡീസിന്റെയും, H&R ബ്ലോക്കിന്റെയും, അമെക്സിന്റെയും, സർവീസ്-മാസ്റ്ററിന്റെയും, വെൽസ് ഫാർഗോയുടെയും ലോകമാണ്. അഭിഭാഷ കരും ഡോക്ടർമാരും ചെയ്യുന്നതു പോലെ, ആളുകൾക്ക് ആവശ്യമുള്ള, അവർ പണം കൊടുക്കാൻ തയ്യാറുള്ള സേവനങ്ങളെ വിൽക്കുന്ന കമ്പനികളാണിത്. പക്ഷെ അഭിഭാഷകരും ഡോക്ടർമാരും ആളുകളെ കേന്ദ്രീകരിച്ചാണ് പ്രവർത്തിക്കുന്നത് എങ്കിൽ, ഇത്തരം കമ്പനികൾ സ്ഥാപനങ്ങളെ കേന്ദ്രീകരിച്ചാണ് പ്രവർത്തിക്കുന്നത്. ടാക്സ് സംബന്ധപ്പെട്ട കാര്യങ്ങൾ ചെയ്യേണ്ടി വരുമ്പോൾ, നമ്മൾ ആദ്യം ചിന്തിക്കുന്നത് H&R ബ്ലോക്ക് എന്ന കമ്പനിയെപ്പറ്റിയാണ്; അല്ലാതെ അവിടെയിരുന്ന് നമ്മുടെ ടാക്സ് ജോലികൾ ചെയ്യുന്ന ഒരാളിനെപ്പ റ്റിയല്ല. ഇത്തരം സവിശേഷമായ സേവനങ്ങളുടെ ഇക്കണോമിക്സ് അത്ഭുതകരമാണ്. ഉത്പന്നങ്ങൾ പുനർനവീകരിക്കേണ്ടതായോ, കോടികൾ മുടക്കി ഒരു നിർമ്മാണ പ്ലാന്റ് പണിയേണ്ടതായോ, സാധനങ്ങൾ സംഭരിച്ചുവയ്ക്കാൻ വെയർഹൗസുകൾ പണിയേണ്ട തായോ വരുന്നില്ല. മാത്രവുമല്ല, ജനങ്ങളുടെ ഹൃദയത്തിൽ ഇടം നേടിയ ഇത്തരത്തിലുള്ള സേവനങ്ങൾ പലതും, പല ഉത്പന്നങ്ങ ളെക്കാളും മികച്ച ലാഭമുണ്ടാക്കുന്നുമുണ്ട്. ഈ ബിസിനസ്സ് സംരംഭങ്ങളിൽ മാനേജറായി ജോലി ലഭിച്ചാൽ, ഉയർന്ന പ്രതിഫല മുള്ള, പ്രയോജനകരമായ ഒരു കരിയർ ആയിരിക്കുമത്. മറ്റുള്ള പല ബിസിനസ്സുകൾക്കും ഉള്ളതുപോലെയുള്ള സാമ്പത്തിക ഉയർച്ച-താഴ്ച്ചകൾ ഇവിടെ കുറവായിരിക്കും. H&R ബ്ലോക്കിന്റെ പ്രവർത്തന| ചരിത്രവും, GM പോലെയുള്ള ഒരു കമ്പനിയുടേതുമായി ഒന്നു താരമത്യം ചെയ്തുനോക്കൂ. എത്ര മോശമായ സാമ്പത്തിക മാന്ദ്യം വന്നാലും, ആളുകൾക്ക് ടാക്സ് പേപ്പറുകൾ ഫയൽ ചെയ്യാൻ സഹായം കൂടിയേ തീരൂ – ടാക്സ് ഫയലിംഗ് ബിസിനസ്സിൽ മാന്ദ്യം എന്നൊന്നില്ല തന്നെ. എന്നാൽ GM പോലുള്ള കമ്പനികളിൽ, സാമ്പത്തികരംഗത്തുള്ള ചടുലമായ മാറ്റങ്ങൾ, വളരെപ്പെട്ടെന്ന് തന്നെ സാരമായി സ്വാധീനി ക്കുന്നു. H&R ബ്ലോക്ക് കമ്പനിയിലെ മാനേജ്മെന്റ് ടീം, യൂണിയൻ അവകാശങ്ങളെയും, കടം കൊണ്ടുള്ള പ്രതിസന്ധിയെയും, പൊതുജ നത്തിന്റെ മാറിമറിയുന്ന താൽപര്യങ്ങളെക്കുറിച്ചുമൊന്നും ഇരുട്ടു വെളുക്കെ ആലോചിച്ചു തല പുണ്ണാക്കേണ്ടതില്ല. എന്നാൽ GM-ന്റെ മാനേജ്മെന്റ് ടീമിനെക്കുറിച്ച് നമുക്ക് ഇങ്ങനെ പറയാനാവില്ല.

കുറഞ്ഞ വിലയ്ക്ക് വാങ്ങുകയും വിൽക്കുകയും ചെയ്യുന്ന കമ്പനികൾ : വാൾമാർട്ടിന്റെയും, കോസ്റ്റ്കോയുടെയും, നെബ്രാസ്കാ ഫർണിച്ചർ മാർട്ടിന്റെയും, ബോർഷെയിംസ് ഫൈൻ ജ്വവലറിയുടെയും, ബർലിംഗ്ടൺ നോർത്തേൺ സാന്റാ ഫെയുടെയും ഒക്കെ ലോകമാണിത്. ഇവിടെ, വലിയ മാർജിനിലുള്ള മുതൽമുടക്കിനു പകരം അളവിലുള്ള വ്യാപ്തിയാണ് ഉണ്ടാവാറുള്ളത്. ലാഭത്തിന്റെ മാർജിനിലുള്ള കുറവു നികത്താൻ, വലിയ അളവിൽ സാധനങ്ങൾ വിറ്റഴിക്കാറുണ്ട്. എത്രയും കുറച്ച് മുതൽമുടക്കിൽ സാധനങ്ങൾ വാങ്ങാൻ കഴിയുന്നു എന്നതിനാണ് ഇവിടുത്തെ പ്രാമുഖ്യം. ഇങ്ങനെ ചെയ്യുമ്പോൾ, കുറഞ്ഞ വിലയ്ക്ക് സാധനങ്ങൾ വിൽക്കാനോ, സേവനങ്ങൾ നൽകാനോ കഴിയും എന്നതിനൊപ്പം തന്നെ എതിരാളികളേക്കാൾ ലാഭമുണ്ടാക്കാനും കഴിയും. സാമാന്യ വിലയ്ക്ക് സാധനങ്ങൾ കിട്ടുന്ന ഒരു സ്ഥാപനം എന്ന നിലയ്ക്ക് ഉപഭോക്താക്കളെ ആകർഷിക്കാനും സാധിക്കും. ഒമാഹയിൽ, വീട്ടിലേയ്ക്ക് ഒരു പുതിയ സ്റ്റവ് വാങ്ങണം എന്നാഗ്രഹിക്കുന്ന ഒരാൾ, പല തരത്തിലുള്ള സ്റ്റവുകൾ ഉചിതമായ വിലയിൽ കിട്ടുന്ന ഒരിടം എന്ന നിലയിൽ, നെബ്രാസ്ക ഫർണിച്ചർ മാർട്ടിലേയ്ക്കായിരിക്കും പോകുക. നിങ്ങളുടെ സാധനങ്ങൾ മറ്റൊരു നാട്ടിലേയ്ക്ക് അയക്കേണ്ടതായുണ്ടോ? നമ്മുടെ ബജറ്റിനു ചേരുന്ന നല്ലൊരു സേവനം തരാൻ ദി ബർലിംഗ്ടൺ നോർത്തേണിന് കഴിയും. ചെറിയ ഒരു പട്ടണത്തിൽ ജീവിക്കുന്ന ആൾക്ക് മിതമായ വിലയ്ക്ക് മികച്ച സാധനങ്ങൾ വേണമെങ്കിൽ, അവർ പോകുന്നത് വാൾമാർട്ടിലേയ്ക്കായിരിക്കും.

ഈ മൂന്നു തരം ബിസിനസ്സ് മോഡലുകളിലും, കുറഞ്ഞ വിലയ്ക്ക് സാധനങ്ങൾ എടുക്കുകയും വിൽക്കുകയും ചെയ്യുന്ന ഇടങ്ങളിൽ കരിയർ മുന്നേറ്റത്തിനുള്ള സാദ്ധ്യതകൾ കുറവായിരിക്കും. വിലക്കുറവിൽ വിൽക്കേണ്ടി വരുന്നതിലുള്ള സമ്മർദ്ദം നിമിത്തം, കുറഞ്ഞ ശമ്പളം നൽകാനായിരിക്കും മാനേജ്മെന്റ് ശ്രമിക്കുക. എന്നിരിക്കിലും, ഈ മൂന്നു വിഭാഗങ്ങളിലും പെടാത്ത ഇടത്തരം ബിസിനസ്സുകളെക്കാൾ തൊഴിൽ സാധ്യതയും, മാനേജ്മെന്റ് അവസരങ്ങളും ഈ ബിസിനസ്സുകൾ നൽകുന്നു.

ജോലി ചെയ്യാൻ ഉചിതമായ 'തികഞ്ഞ' ബിസിനസ്സുകളുടെ പൊതുവായ ഘടന മനസ്സിലായ സ്ഥിതിക്ക്, നമുക്ക് അവയുടെ സാമ്പത്തിക ഘടന ഒന്നുകൂടി വിശദമായി നോക്കാം. അവയെപ്പറ്റി ആഴത്തിൽ മനസ്സിലാക്കാനും, അതിൽ ഏതൊക്കെയാണ് നല്ലൊരു കരിയർ നമുക്ക് പ്രദാനം ചെയ്യാൻ പോകുന്നതെന്നും അറിയാൻ ഇത് സഹായിക്കും. നമ്മൾ പരിശോധിക്കുന്ന കമ്പനികൾ

സുസ്ഥിരമായ മത്സരത്തിന് അനുയോജ്യമാണോ എന്ന് കണ്ടെത്താൻ സഹായിക്കുന്ന മൂന്ന് ലളിതമായ ഇക്കണോമിക് ടെസ്റ്റുകളാണ് ഞങ്ങളിതിൽ ഉൾപ്പെടുത്തിയിരിക്കുന്നത്.

2

ജോലി ചെയ്യാൻ അനുയോജ്യമായ മികച്ച കമ്പനി കണ്ടെത്താനുള്ള മൂന്ന് എളുപ്പവഴികൾ

1. പെർ-ഷെയർ ഏർണിങ്സ് ടെസ്റ്റ്

ഒരു തൊഴിൽദാതാവാകാൻ സാധ്യതയുള്ള കമ്പനിയുടെ വാർഷിക പെർ-ഷെയർ ഏർണിങ്സ് കണക്കുകൾ നോക്കുക എന്നതാണ് അവയുടെ സാമ്പത്തിക സ്ഥിതിയെക്കുറിച്ച് മനസ്സിലാക്കാനുള്ള കുറുക്കുവഴി. ഒരു പൊതുമേഖലാ സ്ഥാപനമാണെങ്കിൽ ഇത് വളരെ എളുപ്പം ചെയ്യാം. മറിച്ചാണെങ്കിൽ, ബുദ്ധിമുട്ടാണ്.

ഇതിന്, ഒരു വർഷത്തെ പെർ-ഷെയർ കണക്കുകൾ മാത്രം എടുത്താൽ മതിയാവും എന്നു തോന്നുന്നില്ല. പത്തു വർഷ കാലയളവിലെ പെർ-ഷെയർ ഏർണിങ്സ് പരിശോധിച്ചെങ്കിൽ മാത്രമേ ആ കമ്പനിയുടെ വളർച്ചയ്ക്ക് സഹായകമായ രീതിയിൽ സുസ്ഥിരമായ മത്സരം ഉണ്ടോ ഇല്ലയോ എന്ന് മനസ്സിലാക്കാൻ കഴിയുകയുള്ളൂ. നിരന്തരമായ ഉയർച്ച പ്രതിഫലിക്കുന്നുണ്ടോ എന്നതാണ്, പത്തു വർഷത്തെ പെർ-ഷെയർ ഏർണിങ്സ് എടുക്കുമ്പോൾ വാറൻ നോക്കുന്നത്.

ഏകദേശം താഴെ കാണുന്നത് പോലെ :

'08	$2.95
'07	$2.68
'06	$2.37
'05	$2.17
'04	$2.06
'03	$1.95
'02	$1.65
'01	$1.60
'00	$1.48
'99	$1.30

ഇത്തരത്തിലുള്ള ഒരു കണക്ക് കാണുമ്പോൾ തന്നെ വാറന് മനസ്സിലാകും, ദീർഘകാലമായി ഉയർച്ചയിലേയ്ക്ക് സഞ്ചരിച്ചുകൊണ്ടിരിക്കുന്ന, സ്ഥിരതയുള്ള വരുമാനമാണ് ഈ കമ്പനിയ്ക്ക് ഉള്ളത് എന്ന്. ഇത് സുസ്ഥിരമായ മത്സരത്തിന് സാധ്യതയുള്ള ഒരു കമ്പനിയാണ് എന്നും, അവിടെ ജോലി ചെയ്യുന്നത് നല്ലൊരു അനുഭവമായിരിക്കും എന്നതിന് ഉത്തമ നിദാനമാണിത്. വരുമാനത്തിലെ സ്ഥിരത സൂചിപ്പിക്കുന്നത്, ഈ കമ്പനി വിൽക്കുന്ന ഉത്പന്നങ്ങൾക്ക് വലിയ മാറ്റങ്ങൾ വേണ്ടിവരുന്നില്ല എന്നാണ്. വരുമാനത്തിലെ വളർച്ച സൂചിപ്പിക്കുന്നത് പരസ്യങ്ങൾ മൂലം മാർക്കറ്റ് ഷെയർ കൂട്ടുന്നത് പോലെയുള്ള സ്ട്രാറ്റജിക് ധനവിനിയോഗങ്ങൾക്ക് സഹായകമായ രീതിയിലുള്ള ശക്തമായ ഇക്കണോമിക്സ് കമ്പനിയ്ക്കുണ്ട് എന്നതാണ്. അല്ലെങ്കിൽ, സ്റ്റോക്ക് ബൈ-ബാക്ക് ഉപയോഗിച്ച് പെർ -ഷെയർ ഏർണിങ്സ് കൂട്ടാനും സാധിക്കും.

വാറൻ അകലം പാലിക്കുന്നതും, മോശമായ തൊഴിൽ സാഹചര്യങ്ങൾ ഉള്ളവയുമായ കമ്പനികളുടെ വാർഷിക വരുമാനം ഏകദേശം ഇതുപോലെയുണ്ടാകും :

’08 $2.50
’07 $(0.45) നഷ്ടം
’06 $3.89
’05 $(6.05) നഷ്ടം
’04 $6.39
’03 $5.03
’02 $3.35
’01 $(1.77) നഷ്ടം
’00 $(6.68) നഷ്ടം
’99 $8.53

നഷ്ടങ്ങൾ രേഖപ്പെടുത്തിയിരിക്കുന്നതിനാൽ, ഇത് താഴേയ്ക്കുള്ള ട്രെൻഡ് ആണ് കാണിക്കുന്നത്. ഇത്തരം വ്യവസായങ്ങൾ പെട്ടെന്നുള്ള ഉയർച്ച-താഴ്ചകളിലൂടെയാവും കടന്നുപോകുന്നത് എന്നാണ് വാറൻ ഇതിൽനിന്നും മനസ്സിലാക്കുന്നത്. പെട്ടെന്ന് ആവശ്യം കൂടുമ്പോൾ, ഡിമാൻഡ് കൂടുകയും, വിലക്കയറ്റം ഉണ്ടാകുകയും ചെയ്യുന്നു. ഈ ഡിമാൻഡിന് അനുസരിച്ച് നീങ്ങുവാൻ വേണ്ടി കമ്പനി ഉത്പാദനം വർദ്ധിപ്പിക്കുകയും, അതുവഴി സപ്ലൈയും കോസ്റ്റും കൂടുകയും, ഒടുവിൽ സപ്ലൈ അധികരിക്കുകയും, വില കുറയ്ക്കേണ്ടി വരുകയും ചെയ്യുന്നു. ആദ്യം ലാഭത്തിലായിരുന്ന കമ്പനി, ഇപ്പോൾ നഷ്ടത്തിലേയ്ക്ക് നീങ്ങാൻ തുടങ്ങുകയും, പ്രൊഡക്ഷനും കോസ്റ്റും വെട്ടിക്കുറയ്ക്കേണ്ടി വരുകയും ചെയ്യുന്നു. ഇതുപോലെയുള്ള ആയിരക്കണക്കിനു കമ്പനികളുണ്ട്. ചില സമയങ്ങളിൽ വിജയിച്ച ഒരു കമ്പനി എന്ന തോന്നലുണ്ടാക്കുകയും, ഒടുവിൽ അവയെ ഒരു പരാജയമാക്കുകയും ചെയ്യുന്നത് അവയുടെ അസ്ഥിരമായ ഏർണിങ്സ് ആണ്. ഇത്തരത്തിൽ ഇടയ്ക്കിടെ ദുർബലമാകുന്ന ഇക്കണോമിക്സ് നമ്മുടെ പരിശ്രമങ്ങൾക്കൊന്നും ശരിയായ ഫലം നൽകാത്തതുകൊണ്ടുതന്നെ, ഒരു മാനേജീരിയൽ സൂപ്പർസ്റ്റാറായി തിളങ്ങുന്നത് ബുദ്ധിമുട്ടുള്ള കാര്യമായിരിക്കും.

സ്ഥിരമായ ഏർണിങ്സ് ഉള്ള, ഉയർച്ച പ്രകടമായുള്ള കമ്പനി

കളാവും നല്ല വരുമാനമുള്ള ദീർഘകാല ഉദ്യോഗവും, മെച്ചമുള്ള കരിയറും തരാൻ സാധ്യതയേറിയവ. പക്ഷെ അസ്ഥിരമായ ഏർണിങ്സ് ഉള്ള കമ്പനികളാവട്ടെ, ലാഭമുള്ള കാലത്ത് ഒരുപാട് തൊഴിലവസരങ്ങൾ നൽകുകയും, മോശമായ കാലത്ത് നിർദ്ദയം ജോലിയിൽ നിന്ന് പിരിച്ച് വിടുകയും ചെയ്യും. ഇത്തരത്തിൽ സ്ഥിരതയില്ലാത്ത സാമ്പത്തികനിലയുള്ള കമ്പനികളിൽ ജോലി ചെയ്യുക ദുഷ്കരമാണ്.

2. കടം പരിശോധന

ജോലി ചെയ്യാൻ കൊള്ളാവുന്ന കമ്പനികളെ തിരിച്ചറിയാനുള്ള മറ്റൊരു മാർഗ്ഗം അവയ്ക്ക് ദീർഘകാല കട ബാധ്യതകൾ ഇല്ലാതിരിക്കുന്നതോ, കുറഞ്ഞിരിക്കുന്നതോ ആണ്. മെച്ചപ്പെട്ട സാമ്പത്തിക സ്ഥിതിയുള്ള കമ്പനികളുടെ കൈയിൽ, അവർക്ക് സെൽഫ് ഫൈനാൻസിംഗ് ചെയ്യാൻ ആവശ്യമുള്ള തുക സർപ്ലസ് ആയി തന്നെ ഉണ്ടാകും. അവർ കടത്തിന്റെ അധികബാധ്യത എടുക്കേണ്ടതില്ല. ഇത്തരം കമ്പനികൾ ദീർഘകാലം അവർക്കൊപ്പം നിൽക്കുന്ന നല്ല ജീവനക്കാരെ സൃഷ്ടിക്കുന്നു. കാരണം, നല്ല ശമ്പളം നൽകാനും, ഒരുപക്ഷെ ഒരു സാമ്പത്തിക മാന്ദ്യത ഉണ്ടായാൽത്തന്നെയും പിടിച്ചുനിൽക്കാനുമുള്ള ശേഷി അവർക്കുണ്ട്.

ഈ കടങ്ങൾ കുറഞ്ഞ/ഇല്ലാത്ത കമ്പനികൾ പെട്ടെന്ന് തിരിച്ചറിയാൻ സാധിക്കും. ഒരു ബിസിനസ്സിന്റെ കടത്തെ, അതാത് വ്യവസായത്തിന്റേതുമായി തട്ടിച്ച് നോക്കിയാൽ മതിയാവും. നെറ്റ് ഏർണിങ്സിന്റെ അഞ്ചു മടങ്ങ് ഡെറ്റ് ലോഡ് ഒരു കമ്പനിക്കുണ്ട് എങ്കിൽ, അവ സുസ്ഥിരമായ മത്സരാധിഷ്ഠിത നേട്ടമുള്ളവയല്ല എന്നു തന്നെ പറയാം.

കൂടിയ അളവിലുള്ള കടങ്ങൾ സൂചിപ്പിക്കുന്നത് ഇവയാണ് : (1) ഒരുപാട് മത്സരമുള്ള വ്യവസായത്തിലാണ് ഈ ബിസിനസ്സ് ഉള്ളത്. നിരന്തരമായി വരുന്ന മാറ്റങ്ങൾ ഉയർന്ന ക്യാപിറ്റൽ ഡിമാൻഡുകൾക്ക് വഴി തെളിക്കുന്നു. അല്ലെങ്കിൽ, (2) അതൊരു കൂടിയ ലെവെറേജ് ഉള്ള കമ്പനി ആയിരിക്കണം. അങ്ങനെയുള്ള കമ്പനികൾ തങ്ങളുടെ കടം നിയന്ത്രണത്തിലാക്കാൻ ശ്രമിക്കുമ്പോഴേയ്ക്കും അവരുടെ കൈയിലുള്ള മിച്ചം തുക തീർന്നിട്ടുണ്ടാകും. ശമ്പളവർദ്ധനയ്ക്കോ, ബോണസ് കൊടുക്കാനോ പോലും അവരുടെ കൈയിൽ നീക്കിയിരിപ്പൊന്നും ഉണ്ടാകില്ല. മാത്രവുമല്ല, ബിസിന

സ്സിൽ അഭിവൃദ്ധി ഉണ്ടാക്കാനോ, പുതിയ ബിസിനസ്സുകൾ കൂട്ടിച്ചേർക്കാനോ ഒക്കെ ആവശ്യമായ മൂലധനം വളരെ കുറവായിരിക്കും. ഇതുകൊണ്ടുതന്നെ, മാനേജീരിയൽ സാധ്യതകളിലൂടെയുള്ള വളർച്ചയും ഇല്ലായിരിക്കും. സാമ്പത്തിക മാന്ദ്യത്തിലേയ്ക്ക് എത്തിപ്പെട്ടാൽ, രക്ഷപ്പെടാനുള്ള മാർഗ്ഗമെന്നോണം, ചെലവു ചുരുക്കുന്നതിനായി ജീവനക്കാരെ ആദ്യം പിരിച്ചുവിടുന്ന കമ്പനികൾ ഇവയാവും. വിശ്വസിച്ച് കരിയർ പടുത്തുയർത്താൻ ഉചിതമായ ഇടമല്ല എന്ന് സാരം.

3. ഗ്രോസ് മാർജിന്റെ പരിശോധന

ഒരു കമ്പനിക്ക് സുസ്ഥിരമായ മത്സരാധിഷ്ഠിത നേട്ടം ഉണ്ടോയെന്ന് കണ്ടുപിടിക്കാനുള്ള മറ്റൊരു മാർഗ്ഗം, അവയുടെ ഗ്രോസ് പ്രോഫിറ്റ് മാർജിൻ പരിശോധിക്കുന്നതാണ്. ഇതിനായി, കമ്പനിയുടെ ഇൻകം സ്റ്റേറ്റ്മെന്റ് നോക്കേണ്ടതുണ്ട് – അതായത് ഒരു പ്രത്യേക കാലയളവിലെ ഫിനാൻഷ്യൽ റിപ്പോർട്ട് നോക്കി, ലാഭത്തിലാണോ നഷ്ടത്തിലാണോ എന്ന് തീർച്ചപ്പെടുത്തണം.

കമ്പനിയുടെ ഗ്രോസ് പ്രോഫിറ്റ് മനസ്സിലാക്കാൻ വേണ്ടി, അവരുടെ റെവന്യൂവിൽ നിന്നും കമ്പനിയുടെ കോസ്റ്റ് ഓഫ് ഗുഡ്സ് സോൾഡ് കുറയ്ക്കണം. കമ്പനിയുടെ ഗ്രോസ് പ്രോഫിറ്റിനെ അതിന്റെ റെവന്യൂ കൊണ്ട് ഹരിച്ചാൽ നമുക്ക് ഗ്രോസ് പ്രോഫിറ്റ് മാർജിൻ ലഭിക്കും. ഒന്നുകൂടി വ്യക്തമായി പറഞ്ഞാൽ :

ഇൻകം സ്റ്റേറ്റ്മെന്റ്	
റെവന്യൂ	10,000
കോസ്റ്റ് ഓഫ് ഗുഡ്സ് സോൾഡ്	*–6,000*
ഗ്രോസ് പ്രോഫിറ്റ്	4,000

ഇനി, കമ്പനിയുടെ മൊത്തം റെവന്യൂവിൽ നിന്നും, കോസ്റ്റ് ഓഫ് ഗുഡ്സ് സോൾഡ് എന്ന് രേഖപ്പെടുത്തിയിരിക്കുന്ന സംഖ്യ കുറയ്ക്കുമ്പോൾ കിട്ടുന്നതാണ് റിപ്പോർട്ടഡ് ഗ്രോസ് പ്രോഫിറ്റ്. ഉദാഹരണത്തിന് : മൊത്തം റെവന്യൂ ആയ $10 മില്യണിൽ നിന്നും, കോസ്റ്റ് ഓഫ് ഗുഡ്സ് സോൾഡ് ആയ $6 മില്യൺ കുറച്ചാൽ, ഗ്രോസ് പ്രോഫിറ്റ് ആയ $4 മില്യൺ കിട്ടും. എന്നിട്ട് ഗ്രോസ്

പ്രോഫിറ്റ് $4,000 ÷ റെവന്യൂ $10,000 എന്ന് കണക്കാക്കിയാൽ ഗ്രോസ് പ്രോഫിറ്റ് മാർജിനായ 40% കിട്ടും.

ഏതെങ്കിലും തരത്തിലുള്ള സുസ്ഥിരമായ മത്സരാധിഷ്ഠിത നേട്ടം ഉള്ള കമ്പനികൾക്കായാണ് വാറൻ അന്വേഷിച്ചുകൊണ്ടിരിക്കുന്നത്. കാലക്രമേണ ലാഭത്തിലാകാവുന്ന അത്തരം കമ്പനികൾ, നല്ല തൊഴിൽമേഖലകളായിരിക്കും. ദീർഘകാലം തങ്ങൾക്ക് അനുകൂലമായ മികച്ച ഇക്കണോമിക്സ് നിലനിർത്തുന്ന കമ്പനികളിൽ, മറ്റുള്ളവയെ അപേക്ഷിച്ച്, ഗ്രോസ് പ്രോഫിറ്റ് മാർജിൻ എപ്പോഴും ഉയർന്നതായിരിക്കും. നമുക്കൊന്നു നോക്കാം :

സുസ്ഥിരമായ മത്സരാധിഷ്ഠിത നേട്ടം ഉണ്ടെന്ന് വാറൻ പറയുന്ന കമ്പനികളുടെ ഗ്രോസ് പ്രോഫിറ്റ് മാർജിൻ ഇവയാണ് : കൊക്ക കോളയുടെ ഗ്രോസ് പ്രോഫിറ്റ് മാർജിൻ എപ്പോഴും 60% അല്ലെങ്കിൽ അതിലും കൂടുതലായിരിക്കും; ബോണ്ട്-റേറ്റിങ് കമ്പനിയായ Moody's-ന്റേത് 73%; ദി ബർലിങ്ടൺ നോർത്തേൺ റെയിൽറോഡ്, 61%; Wrigley Gum-ന്റേത്, 51%.

ഈ മികച്ച ബിസിനസ്സ് സംരംഭങ്ങളെ, ദീർഘകാലമായി മോശം ഇക്കണോമിക്സിൽ നടന്നുപോകുന്ന കമ്പനികളുമായി ഒന്ന് താരതമ്യം ചെയ്യാം. അടിമുടി പൊളിഞ്ഞ് പാപ്പരായ യുണൈറ്റഡ് എയർലൈൻസിന്റെ ഗ്രോസ് പ്രോഫിറ്റ് മാർജിൻ 14% ആണ്; ആകെ ബുദ്ധിമുട്ടിൽ നിൽക്കുന്ന ജനറൽ മോട്ടോഴ്സിന്റേത് ദുർബ്ബലമായ 21% ആണ്; ഒരിക്കൽ ബുദ്ധിമുട്ടിലായിരുന്ന, എന്നാൽ ഇന്ന് നേരിയ ലാഭത്തിലായിരിക്കുന്ന യു.എസ്. സ്റ്റീലിന്റേത് അത്ര പന്തിയല്ലാത്ത 17% ആണ്; ഏത് കാലാവസ്ഥയിലും ഓടുന്ന ടയർ ആയിട്ട് പോലും മോശം സാമ്പത്തികാവസ്ഥയിലൂടെ കടന്നുപോകുന്ന ഗുഡ് ഇയർ ടയർ 20%-ൽ കുടുങ്ങിക്കിടക്കുകയാണ്.

വലിയ പരിജ്ഞാനമില്ലാത്തത് കൊണ്ട് വാറൻ കടന്നുവരാൻ താല്പര്യപ്പെടാത്ത ഒരു മേഖലയാണ് ടെക്നിക്കൽ ലോകം. അതിൽ, മൈക്രോസോഫ്റ്റിന്റെ ഗ്രോസ് പ്രോഫിറ്റ് മാർജിൻ എന്നത് എപ്പോഴും 79% ആണ്; ആപ്പിളിന്റേത് 33%. ഇത് സൂചിപ്പിക്കുന്നത്, ഹാർഡ്‌വെയർ വിൽപ്പനയും സർവീസുകളും കൊണ്ട് ആപ്പിൾ നേടുന്നതിനേക്കാൾ സാമ്പത്തികം, ഓപ്പറേറ്റിങ് സിസ്റ്റമുകളും സോഫ്റ്റ്‌വെയറുകളും വിറ്റ് മൈക്രോസോഫ്റ്റ് നേടുന്നുണ്ട്.

ഒരു കമ്പനിയുടെ സുസ്ഥിരമായ മത്സരാധിഷ്ഠിത നേട്ടം ആണ്, അവരുടെ ഉയർന്ന ഗ്രോസ് പ്രോഫിറ്റ് മാർജിന് വഴിയൊരുക്കുന്നത്. കോസ്റ്റ് ഓഫ് ഗുഡ്സ് സോൾഡ് കഴിച്ച് ബാക്കിയുള്ള ധനം

കൊണ്ട് തങ്ങളുടെ ഉത്പന്നങ്ങളെയും സേവനങ്ങളെയും മിതമായ വിലയിടാൻ കമ്പനിക്ക് സാധിക്കുന്നു. മത്സരാധിഷ്ഠിത നേട്ടം ഇല്ലാത്ത കമ്പനികളാവട്ടെ, അവരുടെ ഉത്പന്നങ്ങളുടെയും സേവനങ്ങളുടെയും വില കുറയ്ക്കാൻ ബാധ്യസ്ഥരാവുന്നു. ഇത് അവരുടെ പ്രോഫിറ്റ് മാർജിനും, ലാഭസാധ്യതയും കുറയ്ക്കുന്നു. തന്മൂലം, ശമ്പള വർദ്ധനവിനോ, നല്ല ബോണസ് നൽകുന്നതിനോ അവർക്ക് സാധിക്കില്ല. മാത്രവുമല്ല, പുതിയ സംരംഭങ്ങൾ തുടങ്ങുവാനോ, സാമ്പത്തിക മാന്ദ്യതയെ തരണം ചെയ്യുവാനോ ഉള്ള സാധ്യതകളെയും ഇത് കുറയ്ക്കുന്നു.

സംഗ്രഹം

ഒരു കമ്പനിയ്ക്ക് ഡ്യൂറബിൾ കോമ്പറ്റിറ്റീവ് അഡ്വാന്റേജ് അഥവാ സുസ്ഥിരമായ മത്സരാധിഷ്ഠിത നേട്ടം ഉണ്ടോ എന്ന് നിർണ്ണയിക്കാൻ സഹായിക്കുന്ന ടെസ്റ്റുകൾ വേറെയും ഉണ്ട്. അവയെക്കുറിച്ച് വിശദമായിത്തന്നെ മറ്റൊരു പുസ്തകമായ *വാറൻ ബഫറ്റ് ആൻഡ് ദി ഇന്റർപ്രെറ്റേഷൻ ഓഫ് ഫിനാൻഷ്യൽ സ്റ്റേറ്റ്മെന്റ്സ്*-ൽ പറയുന്നുണ്ട്. പക്ഷെ നമുക്ക് ജോലി വാഗ്ദാനം ചെയ്യുന്ന ഒരു കമ്പനി നമുക്ക് നല്ലൊരു കരിയർ പ്രദാനം ചെയ്യുമോ എന്ന് പെട്ടെന്ന് മനസ്സിലാക്കാൻ ഈ അധ്യായത്തിൽ പറഞ്ഞിട്ടുള്ള മൂന്ന് ടെസ്റ്റുകൾ തന്നെ ധാരാളമാണ്. ഇത്തരത്തിൽ, കുറഞ്ഞ ശമ്പളവും, അവസരങ്ങളും, ജോലിഭദ്രതയും തന്ന് നമ്മളെ തളച്ചിടാൻ ശ്രമിക്കുന്ന കമ്പനികളെ തിരിച്ചറിയാനും ഒഴിവാക്കാനും സാധിക്കും.

ഒരു മികച്ച കമ്പനിക്ക് കാലക്രമേണ ഇടത്തരം കമ്പനിയായി മാറാനുള്ള സാധ്യതകളും ചെറുതല്ല. ഇത് പത്രമാധ്യമ മേഖലയിൽ സംഭവിച്ചിട്ടുണ്ട്. എന്നാൽ ഒരു ഇടത്തരം ബിസിനസ്സ്, മികച്ച ഒരു സംരംഭമായി ഉയർന്നു വരാനുള്ള അവസരങ്ങൾ വളരെ കുറവാണ്. അതുകൊണ്ട്, നിങ്ങൾ ജോലി ചെയ്യുന്ന കമ്പനിയുടെ സഹജമായ സാമ്പത്തിക സ്ഥിതി മോശമാണെങ്കിൽ, കാര്യങ്ങൾ മെച്ചപ്പെട്ടും എന്ന പ്രത്യാശയിൽ അവിടെത്തന്നെ വർഷങ്ങൾ ചെലവഴിക്കുന്നതിനേക്കാൾ നല്ലത്, മറ്റൊരു നല്ല ജോലി നോക്കുന്നതാണ്.

രണ്ടാം ഘട്ടം

വികേന്ദ്രീകരണം

ബെർക്-ഷയർ വളരുംതോറും, അത് കൂടുതൽ വൈവിധ്യമാർന്ന ബിസിനസ്സുകളിൽ പങ്കാളിയാകാൻ തുടങ്ങി. ചുമതലകൾ മറ്റുള്ളവർക്ക് പങ്കുവയ്ക്കുന്നതാവും ഉചിതം എന്ന് വാറൻ മനസ്സിലാക്കി. അത് തന്റെ ജോലിഭാരവും, സമ്മർദ്ദവും കുറയ്ക്കാൻ വേണ്ടി മാത്രമായിരുന്നില്ല. മറിച്ച്, തന്റെ കമ്പനികൾ കാര്യക്ഷമമായി പ്രവർത്തിക്കുന്നുവെന്നും, അത് നോക്കിനടത്തുന്നതിൽ മാനേജർമാർക്ക് തൃപ്തിയുണ്ടെന്നും ഉറപ്പുവരുത്തുവാൻ കൂടിയായിരുന്നു. മറ്റുള്ള സിഇഒ ആളുകൾ ചെയ്യാൻ മടിക്കുന്ന അത്രയും സ്വാതന്ത്ര്യം കൊടുക്കാനുള്ള മനസ്സാണ് വാറന്റെ സവിശേഷതയും, മാനേജ്മെന്റ് വൈദഗ്ധ്യവും. അധികാര വികേന്ദ്രീകരണം അഥവാ ചുമതല പങ്കുവയ്ക്കൽ അഥവാ ഡെലിഗേഷനെക്കുറിച്ചുള്ള വാറന്റെ തത്വങ്ങൾ എന്തൊക്കെയാണെന്നും, അതൊക്കെ എങ്ങനെയാണ് ഒരു ചെറിയ പ്രാദേശിക ടെക്സ്റ്റൈൽ നിർമ്മാണ കമ്പനിയായിരുന്ന ബെർക്-ഷയറിനെ, ഇന്നു കാണുന്ന ഭീമൻ മൾട്ടിനാഷണൽ സമുച്ചയമായി വളർത്തിയെതെന്നും നോക്കാം.

3

അധികാര വികേന്ദ്രീകരണത്തിന്റെ നിയമങ്ങൾ

"സ്വയം ഒഴിഞ്ഞുകൊടുക്കുന്നത് പോലെയാണ് നമ്മൾ ചുമതലകൾ പങ്കുവയ്ക്കുന്നത്."

—വാറൻ ബഫറ്റ്

ഒരു ബിസിനസ്സ് നല്ലപടി നടത്തുന്നതിനും, അതിന്റെ ഉന്നമനത്തിനുമായി ചുമതലകൾ പങ്കുവയ്ക്കുന്നതെങ്ങനെ എന്ന കല സ്വായത്തമാക്കണം എന്നാണ് വാറന്റെ അഭിപ്രായം. കമ്പനിയിലെ എല്ലാ സംഭവങ്ങളെയും ജീവനക്കാരെയും ഒക്കെ നമ്മുടെ തന്നെ നിയന്ത്രണത്തിൽ നിർത്തിക്കൊണ്ട്, ബിസിനസ്സിനെയും, ഉദ്യമങ്ങളെയും, കർത്തവ്യങ്ങളെയുമൊക്കെ ഇഴകീറി പരിശോധിച്ച് മാനേജ് ചെയ്യുക എന്നതാണ് നമ്മുടെ സ്വാഭാവികമായ പ്രവണത. ഇതിനെ മൈക്രോമാനേജിംഗ് എന്ന് പറയുന്നു. പക്ഷെ ഇത്തരത്തിൽ എല്ലാം സസൂക്ഷ്മം നോക്കിനടത്താൻ ശ്രമിക്കുമ്പോൾ, പല പന്തുകൾ ഒന്നിച്ച് മുകളിലേയ്ക്ക് എറിഞ്ഞത് പോലെയുള്ള സ്ഥിതിവിശേഷമാണുണ്ടാവുക. ഒരെണ്ണം കൈയിൽ നിന്നും വഴുതിപ്പോയാൽ, ബാക്കി ഉള്ളതെല്ലാം താഴെപ്പോയേക്കും. മൈക്രോമാനേജിംഗ് മൂലം അശ്രദ്ധയുണ്ടാവാം. അതേസമയം, കഴിവുള്ള ഒരു മാനേജരുടെ കൈയിൽ ഒരു ജോലി മാത്രം ഏൽപ്പിച്ചാൽ, ആ വ്യക്തി, അതിൽത്തന്നെ ശ്രദ്ധ കേന്ദ്രീകരിച്ച്, അതിനെ വ്യക്തമായി മനസ്സിലാക്കി, ശ്രദ്ധാപൂർവ്വം നിർവ്വഹിക്കുന്നു. എൺപത്തിയെട്ടിലധികം വ്യത്യസ്ഥ കമ്പനികളാണ് വാറന്റെ

കൈയിലുള്ളത്. ഇവയുടെയെല്ലാം മാനേജ്മെന്റ് എൺപത്തിയെട്ട് മിടുക്കരായ സിഇഒ-മാരുടെ കൈയിൽ അദ്ദേഹം ഭദ്രമായി ഏൽപ്പിച്ചു. ബെർക്ക്-ഷെയറിലുള്ളത് പോലെതന്നെ, Johns Manville, Benjamin Moore, Fruit of the Loom, Clayton Homes, Jordan's Furniture തുടങ്ങിയ കമ്പനികളിലെല്ലാം അവയുടെമേൽ പൂർണ്ണാധികാരമുള്ള സിഇഒ-മാരാണുള്ളത്. Forest River എന്ന കമ്പനി ബെർക്ക്-ഷയർ വാങ്ങിയപ്പോൾ, വാറൻ അതിന്റെ സ്ഥാപകനും സിഇഒ-യുമായ പീറ്റർ ലെയ്ജിലിനോട് പറഞ്ഞത്, വർഷത്തിൽ ഒരു തവണ മാത്രമേ അദ്ദേഹത്തിനെ ബന്ധപ്പെടാവൂ എന്നാണ്. ബെർക്ക്-ഷയറിന്റെ കമ്പനികളുടെ സിഇഒ-മാരോട് അദ്ദേഹം എടുത്തു പറഞ്ഞിട്ടുണ്ട് – അദ്ദേഹത്തിനെ അറിയിക്കാൻ വേണ്ടി പ്രത്യേക മായി ഒന്നും എഴുതി തയ്യാറാക്കേണ്ടതില്ല എന്ന്. ഒരിക്കൽ McLane കമ്പനിയുടെ സിഇഒ ആയ ഗ്രെയ്ഡി റോസിയർ, കമ്പനിയ്ക്ക് വേണ്ടി രണ്ട് പുതിയ ജെറ്റുകൾ വാങ്ങാൻ അനുമതിയ്ക്കായി വാറനെ ഫോണിൽ വിളിച്ചു. അപ്പോൾ വാറൻ പറഞ്ഞ മറുപടി – "ഇത് നിങ്ങളുടെ കമ്പനിയാണ്. അവിടെ നിങ്ങൾക്ക് തീരുമാനങ്ങളെടുക്കാം".

ഈ ബിസിനസ്സുകളെല്ലാം സ്വയം നോക്കിനടത്താൻ കഴിയും എന്ന് ചിന്തിക്കുന്നത് തന്നെ വെറും മഠയത്തരമാണെന്നാണ് വാറൻ കരുതുന്നത്. ഒരു ജോലി നടന്നു കിട്ടാൻ വേണ്ടി അതിലെ ഏതെങ്കിലും കർത്തവ്യങ്ങൾ എടുത്ത് മറ്റുള്ളവരെ ഏൽപ്പിക്കുകയല്ല വാറന്റെ രീതി. മറിച്ച്, ആ ജോലി മുഴുവനായിത്തന്നെ അദ്ദേഹം മറ്റൊരാളെ ഏൽപ്പിക്കും. അദ്ദേഹത്തിന്റെ തന്നെ വാക്കുകളിൽ പറഞ്ഞാൽ, സ്വയം അതിൽനിന്നും ഒഴിഞ്ഞുമാറി നിൽക്കുന്നതു പോലെയാവും ആ ജോലി മറ്റൊരാൾക്ക് കൊടുക്കുന്നത്.

വിജയകരമായി വികേന്ദ്രീകരണം ചെയ്യാൻ സഹായിക്കുന്ന ചില നിയമങ്ങൾ വാറൻ ഉണ്ടാക്കിയിട്ടുണ്ട് :

ഒന്നാമത്തെ നിയമം

ഓരോ ബിസിനസ്സിനും അതിന്റേതായ സംസ്കാരമുണ്ട്. ഏറ്റവും ചെറിയ സംരംഭങ്ങളിലായാലും, ഏറ്റവും വലിയ കോർപ്പറേറ്റു കളിലായാലും, ജീവനക്കാരും മാനേജർമാരും അവരവരുടെ കടമകൾ നിർവ്വഹിക്കാൻ സഹായിക്കുന്ന സവിശേഷമായ കഴിവുകൾ ലഭിച്ചവരായിരിക്കും. ഈ കഴിവുകളൊന്നും ഒരിക്കലും ചെറിയ അളവിൽപ്പോലും തനിക്കുണ്ടാവാൻ സാധ്യതയില്ല എന്നുള്ളത്, ഒരു

മാനേജർ എന്ന നിലയ്ക്ക് വാറൻ മനസ്സിലാക്കിയിട്ടുണ്ട്. തന്റെ ജീവനക്കാർ വിദഗ്ദ്ധരാണെന്നും, അവർക്ക് തടസ്സങ്ങളൊന്നുമില്ലാതെ ജോലി ചെയ്യാൻ വേണ്ട സാഹചര്യം ഒരുക്കിക്കൊടുക്കുകയാണ് വേണ്ടതെന്നും വാറന് അറിയാം. മാത്രവുമല്ല, ഒരു മാനേജർ എന്ന നിലയ്ക്ക് എന്തെങ്കിലും ചെയ്യാൻ കഴിയുമെങ്കിൽ, അത് അവരെ പ്രോത്സാഹിപ്പിക്കുക എന്നതാണ് എന്നദ്ദേഹം കരുതുന്നു. ഒരു നല്ല ചിയർലീഡർ ആയിരിക്കണം; ഒരിക്കലും ഒരു അടിമക്കൂട്ടത്തിന്റെ നേതാവാകരുത്.

രണ്ടാമത്തെ നിയമം

മിടുക്കരായ മാനേജർമാരെ 'അവരുടെ' ബിസിനസ്സ്, അവർക്ക് ഉചിതമെന്നു തോന്നുന്ന വിധത്തിൽ നടത്താൻ അനുവദിക്കുകയാണ് വേണ്ടതെന്ന് വാറൻ കണ്ടുപിടിച്ചു. അവർ നയിക്കുന്ന ബിസിനസ്സുകൾ അവരുടെ സ്വന്തമാണ് എന്ന് കരുതാൻ വാറൻ പ്രോത്സാഹിപ്പിക്കുന്നു. ഇതിന്റെ ഫലമായി, അവർ കൂടുതൽ കഠിനമായി അദ്ധ്വാനിക്കുകയും, ബിസിനസ്സ് നല്ലതുപോലെ നടക്കുന്നു എന്നുറപ്പാക്കുകയും ചെയ്യും. അവർക്കിത് അഭിമാനത്തിന്റെ കാര്യമാണ്.

മൂന്നാമത്തെ നിയമം

പൂർണ്ണമായ അധികാര വികേന്ദ്രീകരണം ചെയ്യുമ്പോൾ, നമ്മുടെ മാനേജർമാർ കഠിനാദ്ധ്വാനികളും, ഉത്സാഹികളും, ബുദ്ധിയുള്ളവരും മാത്രമായാൽ പോരാ എന്ന് വാറൻ പറയാറുണ്ട്. മറിച്ച്, അവർക്ക് ചെയ്യുന്ന ജോലിയോട് അങ്ങേയറ്റം ആത്മാർത്ഥതയും വേണം. അവർ സത്യസന്ധരായിരിക്കണം. അല്ലാത്തപക്ഷം, അവരുടെ കഠിനാദ്ധ്വാനവും, ഉത്സാഹവും, ബുദ്ധിയും കണ്ട് നമ്മുടെ കണ്ണ് മഞ്ഞളിക്കുകയേയുള്ളൂ.

സംഗ്രഹം

ഉത്തരവാദിത്തങ്ങൾ പങ്കുവയ്ക്കുന്നതിൽ വാറന്റെ നിയമങ്ങൾ വളരെ ലളിതമാണ് : ഓരോ ബിസിനസ്സിനും അതിന്റേതായ തനതു

ശൈലിയുണ്ട്. നിങ്ങളെക്കാൾ മികച്ചതായി ജോലി ചെയ്യാൻ കെൽപ്പുള്ളവരാണ് നിങ്ങളുടെ തൊഴിലാളികൾ. നമ്മുടെ ബിസിനസ്സ് വളരണം എന്നുണ്ടെങ്കിൽ, നമ്മൾ അധികാര വികേന്ദ്രീകരണം നടത്തണം. 'സ്വന്തം ബിസിനസ്സ്' നടത്തിക്കൊണ്ടു പോകാൻ മാനേജർമാരെ അനുവദിച്ചേ തീരൂ. മാത്രവുമല്ല, നമ്മൾ നിയമിക്കുന്ന മാനേജർമാർ കഠിനാധ്വാനികളും, ബുദ്ധിയുള്ളവരും, കൂടാതെ, ആത്മാർത്ഥതയുള്ളവരും ആയിരിക്കണം. അല്ലെങ്കിൽ, ബെർക്‌-ഷെയറിന്റെ മികച്ച മാനേജറായിരുന്ന, പരേതയായ മിസ്സിസ് ബി, തന്റെ ഫർണിച്ചർ ബിസിനസ്സിന്റെ വിജയത്തെക്കുറിച്ച് ഒരിക്കൽ പറഞ്ഞതുപോലെ – "ഗുണമേന്മ കുറഞ്ഞത് വിൽക്കാം, പക്ഷെ സത്യം തുറന്നു പറഞ്ഞേക്കണം".

മൂന്നാം ഘട്ടം

ജോലിയ്ക്ക് ഉചിതമായ മാനേജറെ കണ്ടെത്തുക

നമുക്ക് ഉചിതമായ ബിസിനസ്സ് കണ്ടെത്തുകയോ, സ്വന്തമാക്കുകയോ ചെയ്തു കഴിഞ്ഞ്, അവിടെ ചുമതല പങ്കുവയ്ക്കേണ്ടതിന്റെ ആവശ്യകത മനസ്സിലാക്കിക്കഴിഞ്ഞാൽ, അടുത്ത പടി അവിടെ ആവശ്യമായ നല്ലൊരു മാനേജറെ കണ്ടെത്തുക എന്നുള്ളതാണ്. ഒരു നല്ല മാനേജറിന് വേണ്ടുന്ന സവിശേഷതകളായി വാറൻ സൂചിപ്പിക്കുന്നതൊക്കെത്തന്നെയും, നമ്മൾ വളർത്തിയെടുക്കേണ്ട ചില മാനേജീരിയൽ ഗുണങ്ങളാണ്. അവ എന്തൊക്കെയാണ് എന്നൊന്ന് നോക്കാം.

4

വാറൻ തനിക്ക് വേണ്ടുന്ന മാനേജറെ തേടുന്നയിടം

"വിവാഹജീവിതത്തിൽ വരുന്ന മാറ്റങ്ങൾ പോലെതന്നെ, മാനേജ്മെന്റിൽ വരുന്ന മാറ്റങ്ങളും വേദനാജനകവും, സമയമെടുക്കുന്നതും, അനിശ്ചിതവുമാണ്."

—വാറൻ ബഫറ്റ്

വലതരം അനുഭവങ്ങളിലൂടെ കടന്നുപോയതിൽ നിന്നും വാറൻ പഠിച്ച ഒരു പാഠമാണിത് – കൂട്ടതല്യം, മോശമായി നടത്തിക്കൊണ്ടു പോയിരുന്ന കമ്പനികൾ, ന്യായവിലയ്ക്ക് വാങ്ങിയതിലൂടെ. അദ്ദേഹത്തിന്റെ ആദ്യകാല നിക്ഷേപങ്ങളിൽ ഒന്നായിരുന്ന Dempster Mills Manufacturing, ഒരുപാട് മാനേജ്മെന്റുകൾ മാറിമാറി പരീക്ഷിച്ചതിനു ശേഷമാണ്, ശരിയായ ഒരു മാനേജറിനെ കണ്ടെത്തിയത്. അത് വേദനാജനകമായിരുന്നോ? അതെ. അത് സമയമെടുക്കുന്ന ഒന്നായിരുന്നോ? അതെ. അത് പണച്ചെലവുള്ളതായിരുന്നോ? അതെ. അത് ആവശ്യമായിരുന്നോ? ഉറപ്പായും അതെ.

മാനേജീരിയൽ മാറ്റങ്ങൾ കൊണ്ടുവരുന്നതിന് മുൻപ് ഉറപ്പായും ചോദിക്കേണ്ട ഒരു ചോദ്യമാണ്, 'ഇത് ആവശ്യമാണോ?' എന്നത്. ഇതിന്റെ ഉത്തരം 'അല്ല' എന്നാണെങ്കിൽ, പുതിയൊരാളെ കൊണ്ടുവന്ന് സാമ്പത്തികമായി നഷ്ടം നേരിടുന്നത് അത്ര നല്ലതല്ല. പക്ഷെ, ബിസിനസ്സിൽ പണം നഷ്ടമായിക്കൊണ്ടിരിക്കുകയാണെങ്കിൽ; അതിന് കാരണം ബിസിനസ്സിന്റെ അടിസ്ഥാനപരമായ

ഇക്കണോമിക്സ് അല്ലാതെ, ഒരു മാനേജർ ആണെങ്കിൽ, ഉറപ്പായും മാനേജ്മെന്റിൽ മാറ്റം വരുത്തേണ്ട സമയമായി എന്നർത്ഥം.

പൊതുവെ മാനേജീരിയൽ മാറ്റങ്ങൾ വാറൻ ഒഴിവാക്കാറുണ്ട്. ഇൻവെസ്റ്റ്മെന്റ് ബാങ്കറുകൾ വഴിയോ, ബെർക്-ഷെയറിലെ ഷെയർഹോൾഡേഴ്സിന് വർഷത്തിൽ ഒരിക്കൽ എഴുതുന്ന കത്തുകൾ മുഖാന്തിരമോ, പുതിയ കമ്പനികളുടെ വിൽപ്പനയെപ്പറ്റി പറയുമ്പോൾ വാറൻ എടുത്തുപറയാറുള്ള ഒന്നാണ് – മികച്ച മാനേജ്മെന്റ് ഉള്ള കമ്പനികളാണിവയെല്ലാം എന്ന്.

അദ്ദേഹത്തിന്റെ ഓരോ കമ്പനിയിലെയും പ്രധാനപ്പെട്ട മാനേജർമാർ, അവർ നാളെ മരണപ്പെടുകയാണെങ്കിൽ, ആര് അവർക്ക് പിൻഗാമിയായി വരണം എന്നത് ഒരു കത്തിലൂടെ തന്നെ അറിയിക്കണം എന്ന് വാറൻ പറയാറുണ്ട്. ഈ കത്തുകൾ എല്ലാ വർഷവും പുതുക്കപ്പെടാറുണ്ട്. ഇതുകൊണ്ടുതന്നെ, ഏതെങ്കിലും ഒരു മാനേജറിന് എന്തെങ്കിലും സംഭവിച്ചാൽ, പകരക്കാരനെയോ പകരക്കാരിയെയോ അന്വേഷിച്ച് സമയം കളയേണ്ടതില്ലല്ലോ. ബിസിനസ്സിനെ നേരത്തെ തന്നെ അറിയുന്ന ഒരു പുതിയ മാനേജറിനെ വാറനു ലഭിക്കുന്നു. മാത്രവുമല്ല, കമ്പനിയെയും, അതിന്റെ ആളുകളെയും, ഉത്പന്നങ്ങളെയും, ഉപഭോക്താക്കളെയും ഏറ്റവും നന്നായി മനസ്സിലാക്കിയിരിക്കുന്ന ഒരാളാണ് അവരെ നേരിട്ട് തിരഞ്ഞെടുത്തിരിക്കുന്നതും.

എന്തെങ്കിലും കാരണവശാൽ, കമ്പനിയ്ക്ക് പുറത്ത് നിന്നും ഒരു മാനേജറിനെ തിരഞ്ഞെടുക്കേണ്ടി വന്നാൽ, അദ്ദേഹത്തിനൊപ്പം അതിനോടകം ജോലി ചെയ്തിട്ടുള്ള, മികച്ച പ്രകടനം കാഴ്ച വെച്ചിട്ടുള്ളവരോടായിരിക്കും അദ്ദേഹം ചോദിക്കുക. അല്ലെങ്കിൽ, അദ്ദേഹത്തിന്റെ ബിസിനസ്സ് അസ്സോസിയേറ്റുകളിൽ ആരോടെങ്കിലും അഭിപ്രായം ആരായും. ഇവിടെയാണ്, ചെറുതെങ്കിലും ശക്തമായ Dempster Mills Manufacturing-ന്റെയും, ശ്രദ്ധേയനായ ഹാരി ബോട്ടിലിന്റെയും കഥ പ്രസക്തമാകുന്നത്.

നെബ്രാസ്കയിലെ കാറ്റാടി യന്ത്രങ്ങൾ ഉണ്ടാക്കുന്ന, ജലസേചന പദ്ധതികൾ നടത്തുന്ന ഒരു കമ്പനിയായിരുന്നു Dempster Mills Manufacturing. അവിടത്തെ സ്റ്റോക്ക്, അതിന്റെ ബുക്ക് വാല്യൂവിന്റെ 25 ശതമാനത്തിലാണ് വിറ്റിരുന്നത് എന്നതിനാലാണ് വാറൻ അത് വാങ്ങിയത്. അദ്ദേഹം ആ കമ്പനിയുടെ ബോർഡ് ഓഫ് ഡയറക്ടേഴ്സിൽ ഒരാളായ ശേഷം മനസ്സിലാക്കിയത്, കമ്പനി മികച്ച പ്രവർത്തനം കാഴ്ച വയ്ക്കാത്തതിന്റെ ഒരു കാരണം അത് നല്ല

രീതിയിൽ മാനേജ് ചെയ്യപ്പെടാത്തതു കൊണ്ടാണ് എന്നതാണ്. അതുകൊണ്ട്, ഒരു പുതിയ മാനേജറിനെ കൊണ്ടുവരാൻ അദ്ദേഹം ബോർഡ് അംഗങ്ങളെ സമ്മതിപ്പിച്ചു. അവർ ഒരാളെ തിരഞ്ഞെടുക്കുകയും ചെയ്തു. മുൻപുണ്ടായിരുന്ന ആളെക്കാളും മോശമായ ഒരാളായിരുന്നു പുതിയതായി വന്നത്. മറ്റു വഴികളൊന്നുമില്ലാതായപ്പോൾ, വാറൻ തന്റെ സുഹൃത്തും ഉപദേഷ്ടാവുമായ ചാർളി മങ്കറിനോട് ആരാഞ്ഞു. ഈ അവസ്ഥയിൽ നിന്നും രക്ഷിക്കാൻ പറ്റിയ മിടുക്കർ ആരെങ്കിലുമുണ്ടോ എന്ന് അദ്ദേഹം ചോദിച്ചു. ചാർളി ഒരാളുടെ പേര് നിർദ്ദേശിച്ചു. ആ പേരാണ് പിന്നീട് 'പ്രബലനായ ഹാരി ബോട്ടിൽ' എന്ന് വാറൻ സൂചിപ്പിച്ചിട്ടുള്ളത്. തകർന്നുകൊണ്ടിരിക്കുന്ന ബിസിനസ്സുകളെ ചെറിയ ചില അറ്റകുറ്റപ്പണികളൊക്കെ നടത്തി, വിജയത്തിലേക്കെത്തിക്കുന്ന ഒരു കലാകാരനാണ് ഹാരി എന്നു തന്നെ പറയാം. അതിനുള്ള അസാമാന്യ നൈപുണ്യം അദ്ദേഹത്തിനുണ്ടായിരുന്നു. വാറന്റെ ക്ഷണപ്രകാരം, $50000-ന്റെ ബോണസ്സിന്, ചൂടുള്ള പ്രദേശമായ കാലിഫോർണിയയിൽ നിന്നും, അങ്ങേയറ്റം തണുപ്പേറിയ നെബ്രാസ്കയിൽ വന്ന്, Dempster-ന്റെ പുതിയ സിഇഒ ആയി ഹാരി ചുമതലയേറ്റു. ഏറ്റവും ആദ്യം ഹാരി ചെയ്തത്, അവരുടെ സ്പെയർ പാർട്സിന്റെയും, ബദൽ പാർട്സിന്റെയും വിലവിവരപ്പട്ടിക പുതുക്കുക എന്നതായിരുന്നു. Dempster-ന്റെ ഉത്പന്നങ്ങൾ നിരന്തരമായി നന്നായി പരിപാലിക്കേണ്ടതുണ്ട്. അതായത്, ബദൽ പാർട്സിന്റെ ബിസിനസ്സിൽ കമ്പനി മുൻപന്തിയിലായിരുന്നു. Dempster-ന്റെ ചില ഭാഗങ്ങൾ സാധാരണ ഹാർഡ്‌വെയർ സ്റ്റോറുകളിൽ ലഭ്യമായിരുന്നു. എന്നാൽ ചിലവ Dempster കമ്പനിയിൽ മാത്രമേ ലഭ്യമായിരുന്നുള്ളൂ. ഈ രണ്ടു തരത്തിലുള്ളവയും ഒരേപോലെ 40 ശതമാനത്തിലായിരുന്നു Dempster അടയാളപ്പെടുത്തിയിരുന്നത്. Dempster-ൽ മാത്രം ലഭിച്ചിരുന്ന പാർട്സിന്റെ വില, ഹാരി മൂന്നിരട്ടിയാക്കുകയും, സാധാരണ പാർട്സിന്റെ വില കുത്തനെ കുറയ്ക്കുകയും ചെയ്തു. ഇങ്ങനെ വരുമാനം കൂട്ടുകയും, മൂലധനത്തിന്മേലുള്ള ആശ്രയം കുറയ്ക്കുകയും ചെയ്തു. ആ വർഷം അവസാനിക്കുന്നതിനു മുൻപ്, Dempster ലാഭത്തിന്റെ പാതയിലേയ്ക്ക് എത്തിച്ചേരുകയും, അധികം വൈകാതെ തന്നെ വാറന്റെ വിജയകരമായ ഒരു നിക്ഷേപമായി മാറുകയും ചെയ്തു.

ഇരുപത് വർഷങ്ങൾക്ക് ശേഷം, ബെർക്-ഷെയർ ഹാത്ത്-വേയുടെ ചെറിയ നിർമ്മാണ ബിസിനസ്സുകളിൽ ഒന്നിൽ വാറന് മറ്റൊരു മാനേജീരിയൽ പ്രശ്നം നേരിടേണ്ടി വന്നു. ആരെയായിരിക്കും

അദ്ദേഹം വിളിച്ചിട്ടുണ്ടാകുക? തീർച്ചയായും, 'പ്രബലനായ ഹാരി ബോട്ടിൽ'-നെ തന്നെ.

നമുക്ക് ഇവിടെ നിന്നും പഠിക്കാനുള്ളത് ഇതാണ് : അത്യാവശ്യം എന്ന് തോന്നുമ്പോൾ മാത്രം മാനേജർമാരെ മാറ്റുക. കഴിയുന്നതും, ആഭ്യന്തരമായിത്തന്നെ സ്ഥാനക്കയറ്റം നൽകുക. അത് കഴിയാത്തപക്ഷം, പുറമേ നിന്നും, മികച്ച പ്രകടനം കാഴ്ച വച്ചിട്ടുള്ളവരെ അന്വേഷിക്കുക. ഇതൊന്നും നടക്കുന്നില്ല എങ്കിൽ, പ്രബലനായ ഹാരി ബോട്ടിലിനെ വിളിക്കുക.

5

വിജയിയോ അതോ ഇരയോ? കൂട്ടത്തിൽ നിന്നും ലീഡറെ തിരഞ്ഞെടുക്കുന്ന വാറൻ രീതി

"ലോകത്തിലെ ഏറ്റവും നല്ല കമിതാവ് നിങ്ങളായിരിക്കെ, മറ്റുള്ളവർ നിങ്ങളെ ഒരു മോശം കമിതാവാണെന്ന് കരുതണമെന്നാണോ നിങ്ങൾക്ക്? അതോ, ലോകത്തിലെ ഏറ്റവും മോശം കമിതാവ് നിങ്ങളായിരിക്കേ, മറ്റുള്ളവർ നിങ്ങളെ ഒരു മികച്ച കമിതാവായി കാണണം എന്നാണോ?"

—വാറൻ ബഫറ്റ്

വാറൻ ബഫറ്റിന്റെ അഭിപ്രായത്തിൽ എല്ലാ ആളുകൾക്കും അകമേയോ പുറമേയോ ഒരു സ്കോർകാർഡ് ഉണ്ടായിരിക്കും : ഒന്നുകിൽ നമ്മൾ നമ്മളോടു തന്നെ സത്യസന്ധരായിരിക്കും. അല്ലെങ്കിൽ, ലോകം നമ്മളെ എങ്ങനെ കാണണം എന്ന് നമ്മൾ കരുതുന്നതിനോട് സമരസപ്പെട്ടിരിക്കും. ഒരു നല്ല ലീഡർ തന്റെയുള്ളിലെ ചെണ്ടക്കാരന്റെ താളത്തിനൊത്തു നീങ്ങുന്നു. അതേസമയം ഒരു ബ്യൂറോക്രാറ്റാകട്ടെ, മറ്റുള്ളവരുടെ പ്രത്യക്ഷമായ ആഗ്രഹങ്ങൾക്കൊത്ത് നീങ്ങുന്നു.

പൊതുഹിതം നമുക്കെതിരെയായിരിക്കുമ്പോൾ, തനിച്ചു നിൽക്കുക ദുഷ്കരമാണ്. ഇതിൽ വിജയിക്കുന്നതിനുള്ള വാറന്റെ കഴിവാണ് അദ്ദേഹത്തെ ഒരു വൻ ധനികനാക്കിയത്. മറ്റുള്ളവർ ഭയന്നു മാറി നിൽക്കുന്ന സമയങ്ങളിൽ അദ്ദേഹം സ്റ്റോക്കുകൾ

വാങ്ങുകയും, മറ്റെല്ലാവരും ഉത്സാഹത്തോടെ നിൽക്കുന്ന സമയങ്ങളിൽ അത് വിറ്റഴിക്കുകയും ചെയ്യു. തന്റെ ജീവിതത്തിലുടനീളം, ഇത്തരത്തിൽ ഒഴുക്കിനെതിരെയാണ് അദ്ദേഹം നീന്തിയിട്ടുള്ളത്. തുറന്ന, സ്വതന്ത്ര ചിന്താഗതിയുള്ള വാറൻ ബഫറ്റിനെപ്പോലുള്ളവർ ഒരിക്കലും ഇരകളല്ല. സ്വന്തം തലയിലെഴുത്തിന്റെ തലവനാണദ്ദേഹം.

വിജയിയുടെയും ഇരയുടെയും മാനസികാവസ്ഥയെപ്പറ്റി ചർച്ച ചെയ്യുമ്പോൾ, നിയന്ത്രണ ബിന്ദുവിനെപ്പറ്റിയാണ് സൈക്കോളജിസ്റ്റുകൾ പൊതുവെ പറയാറ്. നമ്മുടെ നിയന്ത്രണ ബിന്ദു ആന്തരികമാണെങ്കിൽ, എന്തെങ്കിലും തെറ്റായി നടന്നാലും നമ്മൾ നമ്മളെത്തന്നെയാവും പഴി ചാരുക. നമ്മുടെ വിധി നമ്മുടെ കൈപ്പിടിയിലാണെന്നും, അതിൽ സംഭവിക്കുന്നതെല്ലാം നമ്മുടെ നിയന്ത്രണത്തിലാണെന്നും നമ്മൾ വിശ്വസിക്കുന്നു. പരാജയപ്പെട്ടാൽത്തന്നെയും, അത് നമ്മുടെ തന്നെ പ്രവർത്തികൾ മൂലമാണെന്നും, മറ്റൊരാൾക്ക് അതിൽ പങ്കില്ല എന്നും നമ്മൾ കരുതുന്നു. പക്ഷെ നമ്മുടെ നിയന്ത്രണ ബിന്ദു ബാഹ്യമാണെങ്കിൽ, എന്തെങ്കിലും തെറ്റു സംഭവിച്ചാൽ നമ്മളെയൊഴികെ മറ്റെല്ലാവരെയും നമ്മൾ പഴി ചാരും.

ചെറുപ്പകാലത്ത്, വാറനെ ഏറ്റവും കൂടുതൽ സ്വാധീനിച്ചിട്ടുള്ള വ്യക്തിയായ അദ്ദേഹത്തിന്റെ പിതാവ് ഹൊവാർഡിന് ശക്തമായ ആന്തരിക നിയന്ത്രണ ബിന്ദു ഉണ്ടായിരുന്നു. ഗ്രേറ്റ് ഡിപ്രെഷൻ എങ്ങും അലയടിച്ചപ്പോഴായിരുന്നു ഹൊവാർഡ് വിജയകരമായ ഒരു പുതിയ ബിസിനസ്സിന് തുടക്കം കുറിച്ചത്. ഗവണ്മെന്റ് തലത്തിൽ നടക്കുന്ന കാര്യങ്ങളിലുള്ള വിയോജിപ്പ് രേഖപ്പെടുത്തിയപ്പോഴായിരുന്നു അദ്ദേഹം കോൺഗ്രസ്സിലേക്ക് തിരഞ്ഞെടുക്കപ്പെട്ടത്. ഇതിൽ നിന്നും വാറൻ പഠിച്ചത് – സ്വന്തം ജീവിതത്തിന്റെ നിയന്ത്രണവും, അതെങ്ങനെയായിരിക്കണമെന്ന തീരുമാനവും ലോകത്തിന്റെ കൈയിലായിരുന്നില്ല; അദ്ദേഹത്തിന്റെ കൈയിൽ ത്തന്നെയായിരുന്നു.

ആന്തരിക നിയന്ത്രണ ബിന്ദു ഉണ്ടായിരിക്കുന്നത് അത്ര എളുപ്പമല്ല. വിജയിച്ചാലും, പരാജയപ്പെട്ടാലും അതിന്റെ പൂർണ്ണ ഉത്തരവാദിത്തം നമ്മുടെ ചുമലുകളിൽത്തന്നെയായിരിക്കും. ബലിയാടാക്കാനോ, പഴിചാരാനോ മറ്റാരും ഉണ്ടായിരിക്കുകയില്ല എന്നത്, ചില നേരത്തെക്കെങ്കിലും നമ്മിൽ സമ്മർദ്ദങ്ങളുണ്ടാക്കാം. രണ്ട് ഐറിഷ് ബാങ്കുകളിൽ വാറൻ നടത്തിയ പരാജയപ്പെട്ട നിക്ഷേപങ്ങളും, ConocoPhillips കമ്പനിക്ക് നൽകിയ അമിത പ്രതിഫലവും അദ്ദേഹത്തിന്റെ മാത്രം തോൽവികളാണ്. അതിൽ നിന്നെല്ലാം അദ്ദേഹം പാഠങ്ങൾ ഉൾക്കൊണ്ടു. പക്ഷെ ഒരിക്കലും

പരാജയങ്ങളിൽ അധികനാൾ മുഴുകിയിരിക്കരുത് എന്നതിന് അദ്ദേഹം ഊന്നൽ നൽകി. അങ്ങനെ ചെയ്യുന്നത് വഴി, ഇത്തരം പരാജയങ്ങൾ ആന്തരിക നിയന്ത്രണ ബിന്ദു ഉള്ള ഒരാളിൽ ഉണ്ടാക്കിയേക്കാവുന്ന പ്രശ്നങ്ങളിൽ നിന്നും അദ്ദേഹം ഒഴിഞ്ഞുമാറി.

ഇവിടെ നമുക്ക് ലഭിക്കുന്ന ഏറ്റവും വലിയ പാഠം ഇതാണ് : ആന്തരിക നിയന്ത്രണ ബിന്ദു ഉള്ള ആളുകൾ, തങ്ങളുടെ തെറ്റുകളുടെ ഉത്തരവാദിത്തം സ്വയം ഏറ്റെടുക്കുകയും, അതിൽ നിന്നും പാഠങ്ങൾ ഉൾക്കൊള്ളുകയും ചെയ്യുന്നു. അവരുടെ ജീവിതത്തിന്റെയും ലോകത്തിന്റെയും പൂർണ്ണ നിയന്ത്രണം അവരുടെ കൈകളിലായിരിക്കും. ഓരോ വെല്ലുവിളിയെയും, കീഴടക്കേണ്ട ഓരോ ദൗത്യങ്ങളായി അവർ കാണുന്നു. (ബിൽ ഗേറ്റ്സിനെ ഓർക്കുക). അതേസമയം ബാഹ്യ നിയന്ത്രണ ബിന്ദു ഉള്ള വ്യക്തികളാകട്ടെ, പ്രശ്നങ്ങളെ പരിഹരിക്കാനുള്ള കഴിവ് അവർക്കുണ്ടെന്ന് കരുതുന്നതേയില്ല. അവരുടെ നിയന്ത്രണത്തിനതീതമായി നടക്കുന്ന സാഹചര്യങ്ങളുടെ ബലിയാടാണവർ എന്നാണ് അവർ വിശ്വസിക്കുന്നത്. (വാൾ സ്ട്രീറ്റിനെക്കുറിച്ചോർക്കുക).

ധനസമ്പാദനത്തിനും, ശ്രേഷ്ഠമായ ഒരു ജീവിതത്തിനും സഹായിക്കുന്നത് ഇതിൽ ഏതാണെന്നാണ് നിങ്ങൾ കരുതുന്നത്? ഒരു രാജ്യത്തിനെയോ, കമ്പനിയെയോ മോശം സമയത്തു പോലും നയിക്കാൻ കെൽപ്പുള്ളവർ ഏതു തരം ആളുകളായിരിക്കും? നമ്മൾ വിജയിയാണോ, ഇരയാണോ? നല്ല മാനേജർമാരും ലീഡർമാരും ആകാൻ കഴിവുള്ളത് വിജയികൾക്കാണ്. കാരണം, അവർക്ക് ഉത്തരവാദിത്തങ്ങൾ ഏറ്റെടുക്കാനും, പ്രശ്നങ്ങളെ പരിഹരിക്കാനും കഴിയും. അതേസമയം ഇരകളാകട്ടെ, ഒഴികഴിവുകൾ കണ്ടെത്തുന്നതിലും, മറ്റുള്ളവർ വെല്ലുവിളികൾ ഏറ്റെടുത്ത് പ്രശ്നങ്ങൾ പരിഹരിക്കുന്നില്ല എന്ന് പഴിചാരുന്നതിലും വ്യാപൃതരായിരിക്കും.

6

നിങ്ങൾക്ക് പ്രിയമുള്ള ഒരിടത്ത് ജോലി ചെയ്യുക

"നിങ്ങൾക്ക് വേണ്ടതെന്താണോ, അത് തുടങ്ങേണ്ട ഒരു സമയം വരും. നിങ്ങൾക്ക് പ്രിയമുള്ള ഒരു ജോലി തിരഞ്ഞെടുക്കുക. രാവിലെ കട്ടിലിൽ നിന്നും ഊർജ്ജസ്വലതയോടെ നിങ്ങൾ എഴുന്നേൽക്കും. റെസ്യൂമെയിൽ ചേർത്താൽ നന്നായിരിക്കും എന്ന് കരുതി ഇഷ്ടമില്ലാത്ത ജോലികൾ മാറി മാറി ചെയ്യുന്നത് മഠയത്തരമായിരിക്കും. വാർദ്ധക്യകാലത്ത് ചെയ്യാം എന്ന് കരുതി ലൈംഗികതയെ കുറേശ്ശേ മിച്ചം പിടിക്കാൻ ശ്രമിക്കുന്നതുപോലെയല്ലേ അതും?"

—വാറൻ ബഫറ്റ്

സമ്പത്ത് നേടാനുള്ള ഓട്ടത്തിനിടയിൽ മിക്കപ്പോഴും നമുക്ക് ഇഷ്ടമില്ലാത്ത ജോലികളിൽ നമ്മൾ ചെന്നു പെടാറുണ്ട്. പക്ഷെ ദിവസങ്ങളും, വർഷങ്ങളും അവിടെ ചെലവഴിച്ച ശേഷമാവും നമുക്കിനി സമയമില്ലല്ലോ എന്ന് തിരിച്ചറിയുക. നാം സ്വപ്നം കാണുന്നതൊക്കെ ചെയ്യാൻ കഴിയുന്ന ഒരു ദിവസം ഒടുവിൽ വരും എന്നു പറഞ്ഞ് നമ്മൾ നമ്മളെത്തന്നെ കബളിപ്പിക്കുന്നു. അതേ സമയം, നമ്മുടെ ജീവിതം ദുരിതത്തിൽത്തന്നെ തുടരുകയും, ആ ദൈന്യതയെ നാം ദിനവും നമുക്കൊപ്പം വീട്ടിലേയ്ക്ക് കൊണ്ടുവന്ന് നമ്മുടെ പ്രിയപ്പെട്ടവർക്കൊപ്പം പങ്കുവയ്ക്കുകയും ചെയ്യുന്നു. പണത്തിനു വേണ്ടിയുള്ള ഈ കഷ്ടപ്പാട് പൊതുവെ ജീവിതത്തിന്റെ ആദ്യപകുതി യിൽത്തന്നെ ആരംഭിക്കുകയും, ആവശ്യങ്ങളിൽ അധിഷ്ഠിതമായി

തുടരുകയും ചെയ്യുന്നു. എങ്കിലും പലപ്പോഴും അതിന്റെ അടിസ്ഥാനം ദുരാഗ്രഹമാണ്. ഇങ്ങനെ ദുരാഗ്രഹങ്ങളുടെ പേരിൽ നമുക്ക് ചെയ്യാൻ ആഗ്രഹമുള്ളത് ചെയ്യാതിരിക്കുന്നത് നമ്മുടെ ജീവിതങ്ങളെ വച്ചുള്ള ഒരു മോശം മാനേജ്മെന്റ് ആണെന്നാണ് വാറൻ പറയുന്നത്. ഇത് നമ്മുടെ ജോലിയെ കഠിനവും വിരസവുമാക്കുകയും, നമ്മളെ താഴേയ്ക്ക് വലിച്ച്, നമ്മുടെ സ്വത്വത്തെ ഇല്ലാതാക്കുകയും ചെയ്യുന്നു. ഒരുപാട് പണം ഉണ്ടാക്കുമെങ്കിലും, ജോലിയിലിരിക്കുന്ന ഒൻപതിലധികം മണിക്കൂറുകൾ നമുക്ക് ദുരിതപൂർണ്ണമായിരിക്കും.

ബിസിനസ്സ് ലോകത്ത്, മനസ്സിന് പിടിച്ചത് ചെയ്യുന്നവരായിരിക്കും ഏറ്റവും നന്നായി വിജയം വരിക്കുന്നത്. അവരെ മുന്നോട്ട് നയിക്കുന്നത് പണമായിരിക്കില്ല. ഒരു നല്ല പന്ത് കളിക്കാരനെയോ, സംഗീതജ്ഞനെയോ പോലെ, ചെയ്യുന്ന കാര്യങ്ങളിലെ സന്തോഷമായിരിക്കും അവരുടെ പ്രേരകശക്തി. അതൊരു കംപ്യൂട്ടർ പ്രോഗ്രാമറോ, സെയിൽസ്മാനോ, മരപ്പണിക്കാരനോ, നഴ്സോ, കശാപ്പുകാരനോ, പോലീസുകാരനോ, ഡോക്ടറോ, വക്കീലോ ആരുമാകട്ടെ – ആസ്വദിച്ച് ജോലി ചെയ്യുന്നവരാണ് എപ്പോഴും ഉയർച്ചയുടെ പടവുകൾ താണ്ടുന്നത്. അങ്ങനെയുള്ളവരായിരിക്കും, തങ്ങളുടെ പ്രൊഫഷനിൽ ഏറ്റവും കൂടുതൽ സമ്പാദിക്കുന്നതും. മനസ്സിനിഷ്ടപ്പെട്ടത് ചെയ്യുന്നതും, നന്നായി പണമുണ്ടാക്കുന്നതും എപ്പോഴും പരസ്പര പൂരകങ്ങളാണ്.

നമ്മൾ ഒരാൾക്ക് ജോലി നൽകുമ്പോൾ, ആ ജോലി ആസ്വദിച്ച് ചെയ്യും എന്നുറപ്പുള്ള ഒരാളെ തിരഞ്ഞെടുക്കുന്നതാവും ഉത്തമം എന്ന് വാറൻ വിശ്വസിക്കുന്നു. ചെയ്യുന്ന ജോലിയെക്കുറിച്ച് അഭിമാനം തോന്നുന്നവരും, കൂടെ ജോലി ചെയ്യുന്നവരെ പ്രചോദിപ്പിക്കുന്നവരും, ബിസിനസ്സിന്റെ നിർണ്ണായകശക്തിയാവുന്നവരുമായിരിക്കും ഇത്തരക്കാർ. വാറനെപ്പോലെയുള്ളവർ ജീനിയസ്സുകളായിത്തീർന്നതും ഇങ്ങനെയുള്ളവരുടെ സഹായത്താലാണ്.

നമ്മുടെയൊക്കെ ജീവിതത്തിന്റെ മാനേജ്മെന്റിൽ, ഇതാണ് നിയമം : നിങ്ങൾ ചെയ്യുന്നതെന്തോ, അതിനെ സ്നേഹിക്കുക.

നമ്മുടെയൊക്കെ ബിസിനസ്സുകളിൽ ഇതാണ് നിയമം : ചെയ്യുന്നതെന്തിനെയും അങ്ങേയറ്റം സ്നേഹിക്കുന്നവർക്ക് ജോലി കൊടുക്കുക.

ഇത് രണ്ടും നിങ്ങളെ വിജയത്തിന്റെ പാതയിൽ മുന്നിലേക്ക് നയിക്കും.

7

മിടുക്കരായ സെയിൽസ് ടീമിനെ ഉണ്ടാക്കിയെടുക്കുക

"ഒരിക്കലും ഒരു ഉപഭോക്താവിന് എതിരെയുള്ള കസേരയിൽ എനിക്കിരിക്കണ്ട. ഞാൻ സ്വയം ഉപയോഗിക്കാത്ത, വിശ്വസിക്കാത്ത ഒന്നും ഞാൻ വിറ്റിട്ടില്ല".

-വാറൻ ബഫറ്റ്

തങ്ങളുടെ കൈവശമുള്ള ഉത്പന്നങ്ങളിൽ വിശ്വാസമുള്ളവരായിരിക്കും മികച്ച സെയിൽസ് ആളുകൾ എന്ന് വാറൻ തന്റെ തുടക്കകാലത്തു തന്നെ മനസ്സിലാക്കിയിരുന്നു. അത്തരക്കാർക്ക് തങ്ങൾ വിൽക്കുന്നത് എന്താണോ, അതിനോട് വല്ലാത്തൊരു അഭിനിവേശമുണ്ടാകും.

ഒരാൾ, അയാൾ വിൽക്കുന്ന ഉത്പന്നങ്ങളിൽ വിശ്വസിക്കുന്നുവെങ്കിൽ, അവയോടൊരു അഭിനിവേശമുണ്ടെങ്കിൽ, തീർച്ചയായും ആ ഉത്പന്നത്തിന്റെ എല്ലാ വിശദാംശങ്ങളും അറിയാൻ അയാൾ തൽപരനായിരിക്കും. എന്തൊക്കെയായിരിക്കും അതിന്റെ ഘടകങ്ങൾ, എങ്ങനെയായിരിക്കും അത് ഉണ്ടാക്കിയിട്ടുണ്ടാവുക, എന്തൊക്കെയാണ് അതിന്റെ പ്രധാനപ്പെട്ട ഉപയോഗങ്ങൾ മുതലായവയെല്ലാം അതിലുൾപ്പെടും. അത്ര ആഴത്തിലുള്ള അറിവ് ഉപഭോക്താക്കളിൽ മതിപ്പുളവാക്കും എന്ന് തീർച്ചയാണ്.

തങ്ങളുടെ കൈവശമുള്ള ഉത്പന്നത്തിന്റെ ഗുണമേന്മയിലും, കമ്പനിയിലും വിശ്വാസമുള്ളവർക്ക് ജോലിയ്ക്ക് പോകുക എന്നത് സന്തോഷമുള്ള ഒരു അനുഭവമായിരിക്കും – വാറൻ തന്റെ മാനേജർ

മാരിൽ പ്രതീക്ഷിക്കുന്ന ഒരു നല്ല ഗുണം ഇതാണ്. എവിടെയായിരുന്നാലും നിറയെ പണമുണ്ടാക്കിയാൽ മതി എന്ന മനോഭാവമുള്ള മാനേജർമാരെ ജോലിക്കെടുക്കുന്നതിനോട് അദ്ദേഹത്തിന് താൽപര്യമില്ല. വാറന്റെ കമ്പനികളിൽ ഉയർന്ന പദവിയിലുള്ള മാനേജർമാരിൽ പലരും ലക്ഷാധിപതികളാണ്. എന്നിട്ടും അവരുടെ ഔദ്യോഗികജീവിതത്തിന്റെ ഭൂരിഭാഗവും അവർ ചെലവഴിച്ചതും, ചെലവഴിച്ചുകൊണ്ടിരിക്കുന്നതും ഒരേ കമ്പനിയിലായിരുന്നു. പ്രസാധകനായ സ്റ്റാൻ ലിപ്സെ *ദി ബഫല്ലോ ന്യൂസ്* കമ്പനിയിൽ ചേർന്നിട്ട് മുപ്പതു വർഷങ്ങൾ കഴിഞ്ഞിരിക്കുന്നു. ഇപ്പോൾ അൻപത് വയസ്സു കഴിഞ്ഞ ഇർവ് ബ്ലുംകിൻ എന്ന സിഇഒ, നെബ്രാസ്ക ഫർണിച്ചർ മാർട്ടിന്റെ ശമ്പളപ്പട്ടികയിലെ അംഗമായത് അദ്ദേഹത്തിന്റെ കൗമാരകാലത്താണ്. ഈ രണ്ടു മിടുക്കരായ മാനേജർമാർക്കും വേണമെങ്കിൽ രാവിലെ സുഖമായി വീട്ടിലിരിക്കാൻ വേണ്ട സമ്പത്ത് ഇപ്പോഴുണ്ട്. എന്നിരുന്നാലും, എന്നും രാവിലെ കൃത്യമായി അവർ ജോലിയ്ക്ക് ഹാജരാകും. കാരണം? അവർ അവിടെ ചെയ്യുന്നതൊക്കെ അവർക്കേറ്റവും പ്രിയപ്പെട്ടവയാണ്.

ഇവിടെ നമുക്ക് ലഭിക്കുന്ന പാഠം ഇതാണ് : ഒരു നല്ല സെയിൽസ് ടീമിനെ ഉണ്ടാക്കിയെടുക്കണമെങ്കിൽ, നാം അവർക്ക് വിൽക്കാനായി നൽകുന്ന ഉത്പന്നങ്ങളിൽ വിശ്വാസവും, അഭിനിവേശവുമുള്ള ആളുകളെ നമ്മൾ കണ്ടെത്തണം. അത്തരം മനോഭാവമുള്ള ഒരു സെയിൽസ് ആളിനെ നമുക്ക് വിശ്വസിക്കാം എന്നാണ് വാറൻ മനസ്സിലാക്കിയിട്ടുള്ളത്.

8

തീക്ഷ്ണവിചാരം

"തന്റെ ചെറിയ സമ്പാദ്യത്തിൽ നിന്നും വർഷങ്ങളായി ചേർത്തുവച്ച പണം കൊണ്ട് വത്തിക്കാനിലേയ്ക്ക് തീർത്ഥയാത്ര പോയ ഒരു തുന്നൽക്കാരനാണ്, തൊഴിൽപരമായ തീക്ഷ്ണവിചാരങ്ങൾക്ക് ഞങ്ങളുടെ ഉദാത്ത മാതൃക. അദ്ദേഹം തിരിച്ചെത്തിയപ്പോൾ ഇടവകക്കാരെല്ലാവരും കൂടി അദ്ദേഹത്തിനെ ആദരിക്കുവാൻ ഒരു സ്വീകരണം നടത്തി. പോപ്പിനെ നേരിട്ടു കണ്ട വിശേഷങ്ങൾ അറിയാനായിരുന്നു എല്ലാവർക്കും ഉത്സാഹം. 'പറയൂ, എങ്ങനെയുള്ള ഒരാളാണ് അദ്ദേഹം?' എല്ലാവരും മറുപടിക്കായി ജിജ്ഞാസയോടെ കാത്തിരുന്നു. നമ്മുടെ ഹീറോ ചുരുക്കിപ്പറഞ്ഞു, 'അദ്ദേഹത്തിന്റെ അളവ് ഒരു നാല്പത്തിനാല് മീഡിയം ആയിരിക്കും'."

—വാറൻ ബഫറ്റ്

ഒരു മികച്ച മാനേജർ എന്നാൽ രാവിലെ ഉറക്കമുണരുമ്പോൾ തന്നെ ബിസിനസ്സിനെക്കുറിച്ചോർക്കുകയും, രാത്രി ബിസിനസ്സിനെക്കുറിച്ച് സ്വപ്നം കാണുകയും ചെയ്യുന്ന ഒരാളായിരിക്കും എന്നാണ് വാറന്റെ പക്ഷം. അദ്ദേഹം പറയാറുള്ളത് പോലെ, "തീക്ഷ്ണവിചാരമെന്നത് പരിപൂർണ്ണതയ്ക്ക് നൽകുന്ന വിലയാണ്". Moody's സ്റ്റോക്ക് മാനുവൽ ആദ്യവസാനം ഓർത്തുവയ്ക്കാൻ വാറനെ സഹായിച്ചത് അദ്ദേഹത്തിന്റെ തീക്ഷ്ണവിചാരമാണ്. അദ്ദേഹത്തിന് എക്കാലത്തും ഏറെ പ്രിയപ്പെട്ട നിക്ഷേപകൻ, അത്രയ്ക്ക് വിദ്യാഭ്യാസമൊന്നുമില്ലാത്ത ഒരാളായിരുന്നു.

ജലവുമായി ബന്ധപ്പെട്ട കമ്പനികളുടെ മേൽ ആ വ്യക്തിയ്ക്ക് വല്ലാത്ത ഒരു അഭിനിവേശമുണ്ടായിരുന്നു. ആളുകൾ ഓരോ തവണയും ടോയ്‌ലെറ്റ് ഫ്ലഷ് ചെയ്യുമ്പോൾ ഈ കമ്പനികൾ എത്രത്തോളം ലാഭമുണ്ടാക്കുന്നു എന്നുപോലും കൃത്യമായി പറയാൻ അയാൾക്ക് കഴിഞ്ഞിരുന്നു. അയാൾ ലക്ഷക്കണക്കിന് പണം സമ്പാദിച്ചത് എങ്ങനെയാണെന്നറിയാമോ? ജലവുമായി ബന്ധപ്പെട്ട കമ്പനികളിൽ നിക്ഷേപിച്ചുകൊണ്ട്.

വാറൻ തന്റെ ജീവനക്കാരിൽ നിന്നും പ്രതീക്ഷിക്കുന്നതും ഉൽക്കടമായ ഈ അഭിനിവേശമാണ്. ബെർക്-ഷെയറിൽ ജോലി അന്വേഷിച്ചുവരുന്ന ഉദ്യോഗാർത്ഥികളോട് ഒരു ചോദ്യം മാത്രം ചോദിക്കാൻ അവസരം കിട്ടിയാൽ, അവർ ചെയ്യുന്ന പ്രവർത്തികളോട് അവർ എത്രമാത്രം ഒട്ടിച്ചേർന്നു നിൽക്കുന്നു എന്നാവും താൻ ചോദിക്കുക എന്ന് വാറൻ ഒരിക്കൽ പറഞ്ഞിട്ടുണ്ട്. ഒരു ഉത്തമ മാനേജറിന്റെ പ്രതിരൂപമായി അദ്ദേഹം കണക്കാക്കിയിരുന്നത് പ്രസിദ്ധയായ മിസ്സിസ്സ് ബി-യെ ആയിരുന്നു. കുടുംബാംഗങ്ങളുമായി ചേർന്ന് നെബ്രാസ്ക ഫർണിച്ചർ മാർട്ട് തുടങ്ങുകയും, തന്റെ 104-ാമത്തെ വയസ്സുവരെ അത് നടത്തുകയും ചെയ്ത സ്ത്രീയാണവർ. അവരുടെ ജീവിതത്തിന്റെ ഇഷ്ടഭാജനമായിരുന്ന ആ ജോലിയിൽ നിന്നും വയസ്സുകാലത്തു പോലും മാറിനിൽക്കാൻ അവർ ഇഷ്ടപ്പെട്ടിരുന്നില്ല. ആ ബിസിനസ്സ് നോക്കിനടത്തിയിരുന്ന അറുപതിൽപ്പരം വർഷങ്ങളിൽ, ഒരിക്കൽ മാത്രമാണ് അവർ ഒരു അവധിക്കാലം ആഘോഷിക്കാൻ പോയത്. പക്ഷെ ആ ദിവസങ്ങളിലെല്ലാം, തന്റെ 'കട'യിൽ നിന്നും മാറിനിൽക്കുന്നുവല്ലോ എന്ന ചിന്ത അവരെ നിരന്തരം അലട്ടിക്കൊണ്ടിരുന്നു. രാത്രി വീടെത്തിക്കഴിഞ്ഞാൽ എങ്ങനെയെങ്കിലും നേരം പുലർന്ന്, തന്റെ 'ഉപഭോക്താക്കളുടെ' അടുത്തേയ്ക്ക് എത്തിച്ചേരാൻ മനസ്സ് കൊതിക്കാറുണ്ടെന്ന് അവർ പറഞ്ഞു. ഒമാഹയിലൂടെ വണ്ടി ഓടിച്ചു നടന്ന്, മറ്റുള്ള കമ്പനികളെ നിരീക്ഷിക്കുകയായിരുന്നു അവർക്കുണ്ടായിരുന്ന ഒരേയൊരു നേരമ്പോക്ക്.

ജോലിയോട് ഉൽക്കടമായ അഭിനിവേശമുള്ള സ്ത്രീകളും പുരുഷന്മാരുമാണ് വാറന്റെ തലമുതിർന്ന മാനേജർമാരെല്ലാവരും. 1961 മുതൽ GEICO കമ്പനിയുടെ സിഇഒ ആയിരുന്ന ടോണി നൈസ്ലിയ്ക്ക്, താൻ എന്നെങ്കിലും ജോലിയിൽ നിന്നു വിരമിക്കേണ്ടി വന്നാൽ, ശിഷ്ടകാലം എന്തു ചെയ്യും എന്നതിനെക്കുറിച്ച് യാതൊരു രൂപവും ഉണ്ടായിരുന്നില്ല.

FlightSafety-യുടെ സ്ഥാപകനും ചെയർമാനുമായിരുന്ന എ എൽ യുലെച്ചീയെക്കുറിച്ച് ഒരിക്കൽ വാറൻ പറഞ്ഞു, “എന്നെ നന്നായി മനസ്സിലാക്കിയ ഒരാളാണദ്ദേഹം. FlightSafety-യെ നന്നായി മനസ്സിലാക്കിയ ഒരാളെന്ന നിലയ്ക്ക്, അദ്ദേഹം ആ ബിസിനസ്സിനെ എത്രമാത്രം സ്നേഹിച്ചിരുന്നു എന്ന് എനിക്കറിയാം. അദ്ദേഹത്തിന്റെ സ്ഥാനത്തുള്ള ഒരാളിനെക്കാണുമ്പോൾ ഞാൻ എപ്പോഴും എന്നോടു തന്നെ ചോദിക്കുന്ന ഒരു ചോദ്യമിതാണ്: അവർക്ക് പണത്തിനോടാണോ, അവർ ചെയ്യുന്ന ബിസിനസ്സിനോടാണോ പ്രിയം? പക്ഷെ അദ്ദേഹത്തിന്റെ കാര്യമെടുത്താൽ, പണത്തിന് രണ്ടാം സ്ഥാനമേയുള്ളൂ. അദ്ദേഹത്തിന് ആ ബിസിനസ്സ് ഏറെ പ്രിയപ്പെട്ടതാണ്. അതുതന്നെയാണ് എനിക്ക് വേണ്ടതും. കാരണം, ഞാനൊരു കമ്പനി വാങ്ങിക്കഴിഞ്ഞാൽ, അവർക്ക് പണം മാത്രമായിരുന്നു മുഖ്യമെങ്കിൽ, അവർ അതോടെ കാണാതാവും”.

ഒരു മാനേജർക്ക് ബിസിനസ്സിലുള്ള ഉൽക്കടമായ അഭിനിവേശം മനസ്സിലാക്കുവാൻ വാറൻ ഉപയോഗിക്കുന്ന ലളിതമായ ഒരു ചോദ്യം, ബിസിനസ്സിലേയ്ക്ക് എത്തിപ്പെടാനുള്ള അവരുടെ ആദ്യപ്രേരണ എന്തായിരുന്നു എന്നതാണ്. ഒരാൾ ഏതു കോളേജിൽ പോയി എന്നതിനേക്കാൾ, കുട്ടിയായിരിക്കുമ്പോൾ അവർക്ക് ഒരു ലെമണേയ്ഡ് സ്റ്റാൻഡ് ഉണ്ടായിരുന്നോ എന്ന് അറിയുന്നതായിരിക്കും, അയാൾ ഒരു നല്ല മാനേജരാകുമോ ഇല്ലയോ എന്ന് കണ്ടെത്താൻ സഹായിക്കുക എന്ന് അദ്ദേഹം പറയുന്നു. ബിസിനസ്സിലേക്ക് വരണം എന്ന ആഗ്രഹം എത്ര നേരത്തേ മനസ്സിൽ ഉരുത്തിരിയുന്നുവോ, പിൽക്കാലത്ത് അത്രയും വിജയകരമായി നമുക്ക് ബിസിനസ്സ് നടത്തുവാൻ സാധിക്കും.

നമ്മൾ എത്ര മിടുക്കരാണ് എന്നതല്ല വാറന് പ്രധാനം. മറിച്ച്, നാം ചെയ്യുന്ന ഓരോ കാര്യത്തിനോടും നമുക്കെത്ര ഇഷ്ടമുണ്ടെന്നും, എത്രത്തോളം ആഴത്തിലുള്ള താത്പര്യമുണ്ട് എന്നതിലുമാണ്. മറ്റുള്ള മിടുക്കുകളൊക്കെ, അതിനു മേമ്പൊടി ചാർത്താവുന്ന ഗുണങ്ങൾ മാത്രമാണ്.

9

സത്യസന്ധതയുടെ ശക്തി

"ഒരു മാനേജർ എന്ന നിലയ്ക്ക് നമുക്ക് പ്രയോജനം ലഭിക്കുന്ന ഒന്നാണ് സത്യസന്ധത എന്നും നാം വിശ്വസിക്കുന്നു : പരസ്യമായി മറ്റുള്ളവരെ വഞ്ചിക്കുന്ന ഒരു സിഇഒ, ഒടുവിൽ സ്വയം വഞ്ചിക്കപ്പെടുന്നു."

–വാറൻ ബഫറ്റ്

സ്വന്തം തെറ്റുകളെക്കുറിച്ച് മറ്റുള്ളവരോടും, തന്നോടുതന്നെയും സത്യസന്ധമായി പെരുമാറുന്ന ഒരു മാനേജറോ ജീവനക്കാരനോ, മറ്റുള്ളവരിൽ നിന്നും ഒരുപാട് നല്ല പാഠങ്ങൾ പഠിക്കാനുള്ള സാധ്യത കൂടുതലാണെന്ന് വാറൻ പറയുന്നു. എന്നാൽ ഒരു മാനേജരോ ജീവനക്കാരനോ തന്റെ തെറ്റുകളെ അവഗണിക്കുകയോ, അവയെ മറ്റുള്ളവർക്ക് മേൽ അടിച്ചേൽപ്പിക്കാൻ ശ്രമിക്കുകയോ ചെയ്യുകയാണെങ്കിൽ, മറ്റു പല പ്രധാനപ്പെട്ട കാര്യങ്ങളെക്കുറിച്ചും തന്നോടുതന്നെ കളവു പറയാൻ ആ വ്യക്തി തുനിഞ്ഞേക്കും.

അക്കൗണ്ടിങ്ങുമായി ബന്ധപ്പെട്ട് ഇത് വളരെ ശരിയാണ് എന്നാണ് വാറന്റെ പക്ഷം. ചില കണക്കുകളിൽ സ്വമനസ്സാലെ കള്ളത്തരം കാണിക്കാൻ മുതിരുന്നവർ, വൈകാതെ എല്ലാ കണക്കുകളിലും കള്ളത്തരം കാണിക്കാൻ മുതിരും. ഇത്തരക്കാർ ഒരു ഘട്ടമെത്തുമ്പോൾ കള്ളക്കണക്കുകൾ പടച്ചുവിടാൻ തുടങ്ങും എന്നാണ് വാറൻ പറയാറുള്ളത്.

തന്റെ ബിസിനസ്സ് ജീവിതത്തിലും, വ്യക്തിജീവിതത്തിലും സത്യസന്ധതയ്ക്ക് വ്യക്തമായ ഒരു സ്ഥാനം നൽകുന്നയാളാണ് വാറൻ. മറ്റുള്ളവർ കണ്ടുപഠിക്കേണ്ട, സ്വന്തം ജീവിതത്തിൽ

പകർത്താൻ ശ്രമിക്കേണ്ട ഒരു നല്ല ഗുണമാണത്. അദ്ദേഹം പറയുന്നതുപോലെ, "ഒരു കരാറിൽ ഏർപ്പെട്ടാൽ മാത്രം മികച്ച പ്രകടനം കാഴ്ച വയ്ക്കാൻ കഴിയുന്നവരുമായി ബിസിനസ്സ് ചെയ്യാൻ നിങ്ങളൊരിക്കലും താൽപര്യപ്പെടില്ല". ഇന്നത്തെ കാലത്ത്, സത്യസന്ധനായ ഒരു മാനേജറിനെ ബിസിനസ്സിനു ലഭിക്കുക എന്നാൽ, ബാങ്കിൽ ഭദ്രമായിരിക്കുന്ന പണത്തിനു തുല്യം സുരക്ഷിതമാണത്.

10

ചെലവ് കൈകാര്യം ചെയ്യൽ

"ഒരു നല്ല ബിസിനസ്സ് മാനേജർ ഒരു സുപ്രഭാതത്തിൽ എഴുന്നേറ്റ് 'ഇന്ന് ഞാൻ ചെലവ് ചുരുക്കാൻ പോകുകയാണ്' എന്ന് പറയില്ല. ഒരു ദിവസം രാവിലെ എഴുന്നേറ്റ്, ഇന്ന് മുതൽ ഞാൻ ശ്വാസോച്ഛ്വാസം പരിശീലിക്കാൻ പോകുകയാണ് എന്ന് പറയുന്നതുപോലെയാകും അത്."

—വാറൻ ബഫറ്റ്

ബിസിനസ്സിന്റെ ജീവരക്തം എന്നു പറയുന്നത് ലാഭമാണ്. അതിന്റെ അഭാവം എന്നത് ആ ബിസിനസ്സിന്റെ അന്ത്യത്തെ സൂചിപ്പിക്കുന്നു. നമ്മൾ വിൽക്കുന്ന ഉത്പന്നങ്ങൾക്ക് അവയുടെ വിലയേക്കാൾ കുറഞ്ഞ നിർമ്മാണച്ചെലവുണ്ടായിരിക്കുക എന്നത് മാത്രമാണ് ബിസിനസ്സിൽ ലാഭമുണ്ടാക്കാനുള്ള ഏക വഴി. ഇത് തമ്മിലുള്ള വ്യത്യാസത്തിനെയാണ് പ്രോഫിറ്റ് മാർജിൻ എന്ന് പറയുന്നത്. പണമുണ്ടാക്കാൻ മറ്റൊരു മാർഗ്ഗവും, കുറുക്കുവഴിയും ഇല്ല. നിങ്ങൾ ലാഭം ഉണ്ടാക്കുകയോ, ഉണ്ടാക്കാതിരിക്കുകയോ ചെയ്തേക്കാം. ലാഭമുണ്ടാക്കിയില്ല എങ്കിൽ, നിങ്ങൾക്ക് അധികനാൾ ബിസിനസ്സിൽ തുടരാനാവില്ല. എന്നാൽ നിങ്ങൾ ലാഭമുണ്ടാക്കുകയാണ് എങ്കിൽ, രണ്ടറ്റവും കൂട്ടിമുട്ടിക്കുന്നതിലും ഉപരിയായി, ഒരു ധനികൻ/ധനിക ആവാൻ നിങ്ങൾക്ക് സാധിക്കും.

ഒരു ബിസിനസ്സിന്റെ മാനേജർമാർ എന്ന നിലയിൽ, നമുക്ക് രണ്ടു പ്രധാനപ്പെട്ട ലക്ഷ്യങ്ങളുണ്ടായിരിക്കും : നമ്മുടെ ഉത്പന്നങ്ങളെ അതിന്റെ ഏറ്റവും കൂടിയ വിലയിൽ പരമാവധി വിറ്റഴിക്കുവാൻ നമ്മുടെ സെയിൽസ് ടീമിനെ പ്രചോദിപ്പിക്കുക; നമ്മുടെ

ഉത്പാദകരെയും, നിർമ്മാണ സാമഗ്രികൾ ശേഖരിക്കുന്നവരെയും ഏറ്റവും ചുരുങ്ങിയ വിലയ്ക്ക് അവ ചെയ്യാൻ പ്രോത്സാഹിപ്പിക്കുക. രണ്ടു വിഭാഗങ്ങളും ഒന്നിച്ച് ശ്രമിച്ചാലേ ലാഭമുണ്ടാക്കാൻ സാധിക്കുകയുള്ളൂ. ചെലവു പരമാവധി ചുരുക്കുക എന്നത് വളരെ പ്രധാനപ്പെട്ട കാര്യമാണ് – കാരണം ഉത്പന്നത്തിന്റെ വില നിർണ്ണയിക്കുന്ന ഘടകമാണത്. ചെലവു കുറഞ്ഞിരുന്നാൽ, ഉത്പന്നം കുറഞ്ഞ വിലയ്ക്ക് നമുക്ക് വിൽക്കാൻ സാധിക്കും. അത് നമ്മുടെ ഉത്പന്നത്തിന്റെ സ്വീകാര്യത വർദ്ധിപ്പിക്കുകയും, വിപണനം എളുപ്പമാക്കുകയും ചെയ്യുന്നു.

ചെലവുകളെക്കുറിച്ച് അവബോധമുള്ളയാളാണോ മാനേജർമാർ എന്നറിയാൻ, താരതമ്യേന ചെറിയ വിഷയങ്ങളുടെ ചെലവുകൾ അവരെങ്ങനെ കൈകാര്യം ചെയ്യുന്നു എന്ന് ശ്രദ്ധിച്ചാൽ മതിയാവും. വാറന്റെ ഭാഷയിൽ പറഞ്ഞാൽ, "ചെറിയ ചെലവുകളുടെ കാര്യത്തിൽ അച്ചടക്കമില്ലാത്ത ഒരു വ്യക്തി, വലിയ ചെലവുകളുടെ കാര്യത്തിലും അതേ അച്ചടക്കമില്ലായ്മ കാണിക്കുക തന്നെ ചെയ്യും". അസ്സോസിയേറ്റഡ് കോട്ടൺ ഷോപ്പിന്റെ ഉടമയായ ബെഞ്ചമിൻ റോസ്നറിന്റെ കഥ ഇടയ്ക്കിടെ അദ്ദേഹം പറയാറുണ്ട്. ചെലവ് ചുരുക്കുന്ന കാര്യത്തിൽ ഒന്നാന്തരം കിറുക്കനായ അദ്ദേഹം, വിൽപ്പനക്കാരൻ തന്നെ പറ്റിക്കുന്നില്ല എന്നുറപ്പുവരുത്താനായി, ടോയ്‌ലെറ്റ് പേപ്പറിന്റെ കെട്ടിലെ കടലാസുകൾ എണ്ണി നോക്കിയത്രേ.

ക്യാപിറ്റൽ സിറ്റീസ് കമ്മ്യൂണിക്കേഷൻസിന്റെ സിഇഒ ആയിരുന്ന ടോം മർഫിയെപ്പറ്റിയും ഇത്തരത്തിൽ രസകരമായ ഒരു കഥ പറയാനുണ്ട് വാറന്. ഒരിക്കൽ ഓഫിസ് കെട്ടിടം പെയിന്റടിച്ചപ്പോൾ, അതിന്റെ പിറകുവശത്തെ ഭിത്തി പെയിന്റ് ചെയ്യാതെ വിട്ടയാളാണ് അദ്ദേഹം. അത് ആരും കാണാൻ പോകുന്നില്ലല്ലോ എന്നാണ് അദ്ദേഹത്തിന്റെ പക്ഷം. പബ്ലിക്ക് റിലേഷൻസും, നിയമം കൈകാര്യം ചെയ്യുന്ന വിഭാഗങ്ങളും അത്ര ചെലവ് വേണ്ടിയവയല്ല എന്നാണ് ടോമിന്റെ അഭിപ്രായം. അത് സ്ഥിരമായി നടത്തിക്കൊണ്ടു പോകുന്നതിനേക്കാൾ എന്തുകൊണ്ടും ലാഭകരം, ആവശ്യമുള്ളപ്പോൾ ആ സേവനങ്ങൾ ചെയ്യുന്ന സ്വതന്ത്രരെ താൽക്കാലികാടിസ്ഥാനത്തിൽ ജോലി ഏൽപ്പിക്കുന്നതാണ് എന്നാണ് അദ്ദേഹത്തിന്റെ കണ്ടെത്തൽ. ക്യാപിറ്റൽ സിറ്റിസിനെ, എബിസി ടെലിവിഷൻ നെറ്റ്‌വർക്കുമായി ലയിപ്പിച്ചപ്പോൾ, അദ്ദേഹം ആദ്യം എടുത്തു കളഞ്ഞത് എബിസിയുടെ സ്വകാര്യ തീൻമുറിയായിരുന്നു. വാറന് വലിയ ഇഷ്ടമായിരുന്നു ടോമിനെ.

ചെലവ് ചുരുക്കൽ പ്രക്രിയയുടെ മറ്റൊരു വശം എന്നു പറയുന്നത് സ്വകാര്യ സമ്പാദ്യമാണ്. നമുക്ക് ഒരു 40 ശതമാനമാണ് നികുതി എന്ന് കരുതുക. അങ്ങനെയെങ്കിൽ, 6 ഡോളർ ചെലവഴിക്കണമെങ്കിൽ, നമ്മൾ കുറഞ്ഞത് 10 ഡോളറെങ്കിലും സമ്പാദിച്ചേ മതിയാവൂ. അപ്പോൾ, നമ്മുടെ ജീവിതച്ചെലവുകളിൽ നിന്നും 6 ഡോളർ ചുരുക്കിയാൽ, 10 ഡോളർ സമ്പാദിക്കുമ്പോൾ തന്നെ നമുക്ക് 6 ഡോളർ മിച്ചം പിടിക്കാനും, നിക്ഷേപിക്കാനുമാവും. ബെഞ്ചമിൻ ഫ്രാൻക്ലിൻ പറഞ്ഞതുപോലെ, "നിങ്ങളുടെ വരവിനേക്കാൾ കുറച്ച് ചെലവ് ചെയ്യാൻ നിങ്ങൾക്കറിയാമെങ്കിൽ, അതാണ് നിങ്ങളുടെ philosopher's stone". ഈയത്തിൽ നിന്നും സ്വർണ്ണമുണ്ടാക്കാൻ ആൽക്കെമിസ്റ്റുകളെ സഹായിച്ച ഉപകരണത്തിനെയാണ് philosopher's stone എന്ന് പറയുന്നത്. വാറന്റെ തുടക്ക കാലങ്ങളിൽ ജീവിതച്ചെലവുകളെ പരമാവധി കുറച്ചുവയ്ക്കുന്നതിൽ കടുംപിടുത്ത ക്കാരനായിരുന്നു വാറൻ. അതുകൊണ്ടുതന്നെയാണ്, VW ബീറ്റിൽ എന്ന വണ്ടി തന്നെ കോടീശ്വരനായതിനു ശേഷവും വളരെക്കാലം അദ്ദേഹം ഉപയോഗിച്ചിരുന്നത്. അത്തരം വിലകുറഞ്ഞ ഒരു വണ്ടി ഓടിക്കുന്നതിലൂടെ അദ്ദേഹം മാറ്റിവെച്ച പണമെല്ലാം നിക്ഷേപി ക്കുകയും, അതിലൂടെ ഒരു പണക്കാരനാവുകയും ചെയ്തു.

ഇവിടുത്തെ പ്രധാന ആശയം ഇതാണ് : ഒരു മാനേജറെ തിരഞ്ഞെടുക്കുമ്പോൾ, ചെലവുചുരുക്കൽ എന്നത് ജീവിതചര്യ യാക്കിയ ഒരാളെയാവും വാറൻ തിരയുന്നത്. അല്ലാതെ, കമ്പനി മുങ്ങിത്താഴാൻ തുടങ്ങുമ്പോൾ മാത്രം ചെലവ് ചുരുക്കലിനെപ്പറ്റി ചിന്തിക്കുന്ന ഒരാളെയല്ല. നമ്മുടെ ബിസിനസ്സുകളുടെയും, സ്വകാര്യ സമ്പാദ്യങ്ങളുടെയും അടിസ്ഥാനം ശക്തമാക്കുവാൻ ഏറ്റവും എളുപ്പ മുള്ളതും, വേഗതയാർന്നതുമായ ഒരു മാർഗ്ഗം, ചെലവു ചുരുക്കലാണ്. അതായത്, ധനികനാവാനുള്ള ഏറ്റവും നല്ല മാർഗ്ഗമാണത് (പണമുണ്ടാക്കുന്ന കാര്യം വരുമ്പോൾ എളുപ്പത്തിലുള്ളതാവു ന്നതാണല്ലോ നല്ലത്).

11

ദീർഘ കാലത്തേയ്ക്കുള്ളതായി ശ്രദ്ധിക്കുക

"മാനേജിംഗും നിക്ഷേപവും ഒരുപാട് ഇടങ്ങളിൽ തമ്മിൽ കലർന്നു കിടക്കുന്നു. ഒരു മാനേജരായിരുന്നതു കൊണ്ടാണ് നല്ലൊരു നിക്ഷേപകനാവാൻ സാധിച്ചത്. നല്ലൊരു നിക്ഷേപകനായതുകൊണ്ടാണ് എനിക്ക് നല്ലൊരു മാനേജരാവാൻ സാധിച്ചതും."

—വാറൻ ബഫറ്റ്

വാറൻ ഒരു ദീർഘകാല നിക്ഷേപകനാണ്. അനുകൂലമായ മികച്ച സാമ്പത്തിക ചുറ്റുപാടുകളുള്ള കമ്പനികളിൽ എന്നെന്നേയ്ക്കുമായി നിക്ഷേപിക്കാനാണ് അദ്ദേഹത്തിന് താൽപര്യം. ഇത്രയധികം ധനം സമ്പാദിക്കാൻ വേണ്ട ശക്തമായ അടിത്തറ പാകിയത് ഇത്തരത്തിലുള്ള ദീർഘകാല വീക്ഷണങ്ങളാണ്. പക്ഷെ മിക്കപ്പോഴും ഒരു വർഷത്തിൽ താഴെ കാലയളവ് മാത്രമാണ് പല മാനേജർമാരും നിലനിൽക്കുക. അർദ്ധവർഷ, വാർഷിക കണക്കുകൾ നിർണ്ണയിക്കുന്ന ഒരു ലോകത്താണ് അവർ ജീവിക്കുന്നത്. ഈ അർദ്ധവർഷ, വാർഷിക കണക്കുകളെ വിജയകരമായി മറികടക്കാനായാൽ, അവരെ കാത്തിരിക്കുന്നത് കനത്ത ബോണസുകളും, സ്ഥാനക്കയറ്റങ്ങളുമായിരിക്കും. എന്നാൽ അത് നടക്കാത്തപക്ഷം, അതിന്റെ തിക്തഫലം പലരും അനുഭവിക്കേണ്ടി വരും. ഇതുകൊണ്ടാണ് മാനേജ്മെന്റ് ഹ്രസ്വകാലത്തേയ്ക്ക് മാത്രം ശ്രദ്ധയൂന്നുന്നത്.

ഇത്, മാനേജ്മെന്റിന്റെ ഭാഗത്തുനിന്നുള്ള ദീർഘകാല പദ്ധതികൾക്ക് വിനയായി മാറുന്നു. അത്തരം ദീർഘകാല പദ്ധതികൾ വേണ്ടെന്നു വച്ച്, ഹ്രസ്വകാല ലക്ഷ്യങ്ങൾക്ക് പിന്നാലെ പോകാൻ മാനേജർമാർ നിർബന്ധിതരാകുന്നു. ഭാവിയിൽ നമ്മളെ കാത്തിരിക്കുന്ന അവസരങ്ങളെക്കുറിച്ചോ, നാം കടന്നുപോയേക്കാവുന്ന മാന്ദ്യതയെക്കുറിച്ചോ ഒന്നും ചിന്തിക്കാൻ പോലും അവർക്ക് കഴിയുന്നില്ല. എന്തെങ്കിലും ഒരു സന്ദർഭമുണ്ടാകുമ്പോൾ മാത്രം അതിനോടെങ്ങനെ പ്രതികരിക്കണം എന്ന് ചിന്തിക്കുന്ന മാനേജ്മെന്റ് രീതിയാണത്. അല്ലാതെ, വാറൻ ചെയ്തിരുന്നതുപോലെ സ്വയം ആർജ്ജവത്തോടെ പ്രവർത്തിക്കാനുള്ള സന്നദ്ധതയുള്ള മാനേജ്മെന്റല്ല അത്. വ്യക്തിജീവിതത്തിൽ വാറനെ ഒരുപാട് സഹായിച്ച ദീർഘകാല വീക്ഷണങ്ങൾ തന്നെയാണ് ബിസിനസ്സിലും ഗുണകരമെന്നത് തന്റെ നിക്ഷേപങ്ങളിലൂടെ അദ്ദേഹം തിരിച്ചറിഞ്ഞിരുന്നു. തന്റെ കമ്പനിയിൽ ജോലി ചെയ്യാൻ വരുന്ന മാനേജർമാരോട് വാറൻ ആദ്യം ആവശ്യപ്പെടുന്ന കാര്യങ്ങളിൽ ഒന്ന് ഹ്രസ്വകാല ഉയർച്ച താഴ്ചകളെക്കുറിച്ചുള്ള വേവലാതി ഒഴിവാക്കണം എന്നാണ്. അതിനു പകരമായി, ദീർഘകാല പ്രയത്നങ്ങളിലൂടെ ബിസിനസ്സിനെ എങ്ങനെ ശക്തിപ്പെടുത്തണമെന്നും, വിജയിപ്പിക്കണമെന്നുമായിരിക്കണം അവരുടെ ലക്ഷ്യമെന്ന് അദ്ദേഹം ഓർമ്മിപ്പിക്കുന്നു.

ഏതൊരു മാനേജ്മെന്റ് ഹ്രസ്വകാല പദ്ധതികളിൽ പൂർണ്ണ ശ്രദ്ധീകരിക്കുന്നോ, അവരുടെ മാനേജർമാർ മൂലധനം ശരിയായി വിനിയോഗിക്കാൻ അറിയാത്തവരായിത്തീരും എന്നതാണ് വാറൻ പഠിച്ച മറ്റൊരു പാഠം. ഇത് രണ്ടു വലിയ പ്രശ്നങ്ങൾക്ക് വഴി തെളിക്കുന്നു. ഇടത്തരം ബിസിനസ്സായി നിലനിൽക്കേണ്ട കാലം അതിക്രമിച്ചാൽ പോലും അത് തിരിച്ചറിയാതെ, കമ്പനികൾ തങ്ങളുടെ മൂലധനത്തിന്റെ നല്ലൊരു പങ്കും നഷ്ടപ്പെടുത്തുന്നു. രണ്ടാമത്തേത് എന്താണെന്ന് വെച്ചാൽ, തങ്ങളുടെ പ്രധാന ബിസിനസ്സിനു പുറത്ത് മറ്റെന്തിനെങ്കിലുമായി നിന്നൊരു പങ്ക് മാറ്റിവയ്ക്കണം എന്ന് കരുതിയാൽത്തന്നെ, വലിയ വളർച്ചാസാധ്യതയൊന്നുമില്ലാതെ ഒന്നിനെ കൂടിയ നിരക്കിൽ വാങ്ങുന്നതിലേക്കാവും എത്തിച്ചേരുക. ഒരു നല്ല ബിസിനസ്സ്, മോശമായ ഒന്നിൽ നിക്ഷേപിച്ച് പണം പാഴാക്കുന്നതിന് ചേരുന്ന ഉദാഹരണമായി വാറൻ എപ്പോഴും പറഞ്ഞിരുന്നത്, സിനിമാ വ്യവസായത്തിൽ ഇറങ്ങി തോൽവി ഏറ്റുവാങ്ങിയ കൊക്കകോളയുടെ കഥയാണ്.

വാറൻ ബെർക്-ഷെയർ ഹാത്-വേയ് വാങ്ങുന്ന സമയത്ത്,

വിദേശ വസ്ത്രനിർമ്മാണ കമ്പനികളുമായി മത്സരത്തിനു മുതിർന്ന്, സമ്പാദിക്കുന്നതിലുമധികം പണം ചെലവാക്കിക്കൊണ്ടിരുന്ന ഒരു ഇടത്തരം കമ്പനി മാത്രമായിരുന്നു അത്. അദ്ദേഹം അതിന്റെ സാരഥ്യം ഏറ്റെടുത്ത സമയത്ത്, അതൊരു നിർജ്ജീവമായ വ്യവസായമാണെന്ന് അദ്ദേഹത്തിന് തോന്നിയിരുന്നു. അതുകൊണ്ടു തന്നെ, അതിന്റെ മൂലധനം വസ്ത്രവ്യവസായത്തിൽ നിക്ഷേപിക്കുന്നത് അദ്ദേഹം നിർത്തലാക്കി. പകരം, ദീർഘകാല വീക്ഷണത്തിൽ ഭേദമെന്നു തോന്നിയ ഇൻഷ്വറൻസ് കമ്പനി വാങ്ങുവാൻ ആ ധനം വിനിയോഗിച്ചു. വിവിധ തരം ബിസിനസ്സുകളെക്കുറിച്ച് വിശദമായി പഠിക്കുന്നതിന് ധാരാളം സമയം ചെലവഴിച്ചിട്ടുള്ളതിനാൽ, ദീർഘകാലം നിലനിൽപ്പുള്ള ബിസിനസ്സുകൾ അദ്ദേഹത്തിന് എളുപ്പം കണ്ടെത്താനാവും. ഇങ്ങനെയാണ് വസ്ത്രവ്യവസായം മന്ദഗതിയിൽ മാത്രം വളർച്ചയുള്ള ഒന്നാണെന്ന് അദ്ദേഹം മനസ്സിലാക്കിയത്. അതിൽ എത്രതന്നെ പണം ഇറക്കിയാലും, അതിന്റെ അന്തർലീനമായ ഇക്കണോമിക്സ് ഒരിക്കലും മെച്ചപ്പെടില്ല. ഒടുവിൽ ബെർക്-ഷെയറിനു വസ്ത്രവ്യവസായത്തിൽ നിന്നും പിന്മാറേണ്ടി വന്നു. അപ്പോഴേയ്ക്കും അവരുടെ ഇൻഷ്വറൻസ് പ്രവർത്തനങ്ങൾ ദ്രുതഗതിയിൽ പുരോഗമിക്കുന്നുണ്ടായിരുന്നു. അതാണ് ബെർക്-ഷെയറിനെ ഇന്നു കാണുന്ന സാമ്പത്തിക കേന്ദ്രമാക്കി ഉയർത്തിയത്.

ബെർക്-ഷെയറിന്റെ വസ്ത്രനിർമ്മാണ പ്രവർത്തനങ്ങൾ നോക്കിനടത്തിയിരുന്ന മാനേജർമാർ, പണപ്പെട്ടി കാലിയാവു ന്നതുവരെയും ചിലപ്പോൾ വിദേശ കമ്പനികളുമായി മത്സരിച്ചേനെ. തെളിഞ്ഞ കാഴ്ചപ്പാടുള്ള വാറനെപ്പോലെയൊരാളെ ലഭിച്ചത് ബെർക്-ഷെയറിന്റെ ഷെയർഹോൾഡർമാരുടെ ഭാഗ്യം എന്നു തന്നെ കരുതണം. വസ്ത്രവ്യവസായത്തിന്റെ ഭാവി എന്തായിരിക്കും എന്ന് മനസ്സിലാക്കാനുള്ള ദീർഘവീക്ഷണം അദ്ദേഹത്തിനുണ്ടാ യിരുന്നു. മാത്രവുമല്ല, കമ്പനിയുടെ വർക്കിംഗ് ക്യാപിറ്റൽ ദീർഘനാൾ പ്രയോജനപ്രദമായ രീതിയിൽ ഇൻവെസ്റ്റ് ചെയ്യാനും അദ്ദേഹത്തിനു സാധിച്ചു.

കമ്പനിയുടെ പണത്തെ ദീർഘവീക്ഷണത്തോടെ ആളുകളിലും, ഉത്പന്നങ്ങളിലും, പുതിയ ബിസിനസ്സുകളിലും കൃത്യമായി നിക്ഷേപിക്കാനറിയുന്ന ഒരു നല്ല നിക്ഷേപകൻ കൂടിയായിരിക്കണം, ഒരു നല്ല മാനേജർ എന്നാണ് ആത്യന്തികമായി വാറൻ മനസ്സിലാക്കിയിരിക്കുന്നത്.

12

എങ്ങനെയാണ് ശമ്പളം നിർണ്ണയിക്കേണ്ടത്

"നിങ്ങൾക്ക് നല്ലൊരു മാനേജർ ഉണ്ടെങ്കിൽ, അവർക്ക് നല്ല ശമ്പളം കൊടുക്കേണ്ടതുണ്ട്."

—വാറൻ ബഫറ്റ്

മികച്ച മാനേജർമാർ മികച്ച ഫുട്ബോൾ കോച്ചുമാരെപ്പോലെയാണ് – അവർ വളരെ വിരളമാണ്. ഒരു മാനേജർ മികച്ച ആളാണോ അല്ലയോ എന്ന് എങ്ങനെയാണ് അളക്കാൻ കഴിയുക? എല്ലാ ബിസിനസ്സുകളും ഒരേപോലെയല്ല. ചിലവയ്ക്ക് നല്ല സാമ്പത്തിക ഘടന ഉണ്ടായേക്കാം; എന്നാൽ മറ്റു ചിലവയുടെ സാമ്പത്തിക ഘടന ദുർബ്ബലമായിരിക്കാം. മികച്ച സാമ്പത്തിക ഘടന അനുകൂലമായി നിലനിൽക്കുന്ന കമ്പനികളിൽ ഒരു മോശം മാനേജറാണുള്ളതെങ്കിൽ പോലും അവർ മികച്ചവരാണ് എന്ന് പുറമെ തോന്നിയേക്കാം. അതേസമയം, ഇടത്തരം ബിസിനസ്സിൽ ഒരു ഒന്നാന്തരം മാനേജർ ആണെങ്കിൽപ്പോലും അവരുടെ മികവ് ശ്രദ്ധിക്കപ്പെടാതെ പോയേക്കാം. എങ്ങനെയാണ് ഈ വ്യത്യാസം നമുക്ക് മനസ്സിലാക്കാൻ സാധിക്കുക? ഒരു മാനേജറുടെ പ്രകടനത്തെ അയാളെപ്പോലുള്ള മറ്റു മാനേജർമാരുടേതുമായി തുലനം ചെയ്താണ് വാറൻ അത് മനസ്സിലാക്കാറുള്ളത്.

ഉദാഹരണത്തിന്, ഷെയർഹോൾഡർമാരുടെ ഓഹരിയിൽ 20 ശതമാനം ഏർണിങ്സ് ഉള്ള ഒരു ബിസിനസ്സാണ് നമ്മുടേതെങ്കിൽ, അത് മികച്ച ഒന്നായി നമ്മൾ കണക്കാക്കുകയും, വർഷാവ

സാനം മാനേജർക്ക് കനത്ത ബോണസ് പ്രതിഫലമായി നൽകുകയും ചെയ്യും. എന്നാൽ, മറ്റുള്ള ബിസിനസ്സുകളുടെയത്ര നന്നായി നമ്മൾ പ്രവർത്തിക്കുന്നില്ല എന്നുള്ളതാണ് സത്യം. മറ്റുള്ള കമ്പനികളെ അപേക്ഷിച്ച് മികച്ച പ്രകടനമൊന്നും കാഴ്ചവയ്ക്കാത്ത സാഹചര്യത്തിലും മാനേജർക്ക് ബോണസ് കൊടുക്കേണ്ടതുണ്ടോ? വാറനെ സംബന്ധിച്ചിടത്തോളം 'ഇല്ല' എന്നതാണുത്തരം. മികച്ച ബിസിനസ്സിൽ, അത്ര മികച്ചതല്ലാത്ത പ്രകടനം കാഴ്ചവയ്ക്കുന്നവർക്ക് വർഷാവസാനം അത്ര മികച്ച ബോണസുകൾ കൊടുക്കേണ്ടതില്ല എന്നദ്ദേഹം പറയും.

ഇടത്തരം സാമ്പത്തിക ഘടനയുള്ള ബിസിനസ്സിന്റെ കാര്യത്തിൽ, ഇതിന്റെ നേർ വിപരീതമാണ് ശരി. നമ്മുടെ ബിസിനസ്സിന് ഓഹരിയിൽ 5 ശതമാനമാണ് ആദായമെങ്കിൽ, മറ്റുള്ള ബിസിനസ്സുകളെ അപേക്ഷിച്ച് നമ്മൾ കീഴേത്തട്ടിലാണെന്നുള്ളത് കൃത്യമായി പറയാൻ കഴിയും. എന്നാൽ ഇതേ മേഖലയിലുള്ള മറ്റുള്ള ബിസിനസ്സ് സംരംഭങ്ങളുമായി തട്ടിച്ചുനോക്കുമ്പോൾ, ഇതാണ് കൂടിയ നിരക്ക് എന്ന് നമുക്കു തോന്നുകയാണെങ്കിൽ, നമ്മുടെ മാനേജർ നമ്മളെ നന്നായിത്തന്നെ നയിച്ചുകൊണ്ടിരിക്കുകയാണെന്നു സാരം. അയാൾ തീർച്ചയായും നല്ല പാരിതോഷികം അർഹിക്കുന്നുണ്ട്.

ഒരാളുടെ മികവിനനുസരിച്ച് വേതനം നൽകണം എന്ന പക്ഷക്കാരനാണ് വാറൻ. പക്ഷെ, അതിനുള്ള മൂല്യം ആ മാനേജർ കൊടുത്തിരിക്കണം എന്നു മാത്രം. അല്ലാതെ കമ്പനിയുടെ അന്തർലീനമായ സാമ്പത്തിക ഘടന കൊണ്ടാവരുത്. കമ്പനിയുടെ സാമ്പത്തിക ഘടന ഒരു മാനേജറുടെ പ്രകടനത്തെ എങ്ങനെ മികച്ചതാക്കുന്നു എന്നതല്ല; മറിച്ച്, ഒരു മാനേജറുടെ മികവിൽ കമ്പനിയുടെ സാമ്പത്തിക ഘടന എങ്ങനെ മെച്ചപ്പെടുന്നു എന്നതിനാണ് വാറൻ ബോണസ് കൊടുക്കാൻ താൽപര്യപ്പെടുന്നത്.

നാലാം ഘട്ടം

തൊഴിലാളികളെ പ്രചോദിപ്പിക്കുക

പൂർണ്ണമായും പിന്മാറി സ്വയം ഒഴിഞ്ഞു നിൽക്കുന്നതിനു സമമായി ഉത്തരവാദിത്തങ്ങൾ ഏൽപ്പിക്കണമെങ്കിൽ, മികച്ച പ്രകടനം കാഴ്ച വയ്ക്കുന്ന തരത്തിൽ മാനേജർമാരെ പ്രചോദിപ്പിക്കുന്നതിനായിരിക്കണം പ്രാമുഖ്യം എന്ന് വളരെ നേരത്തെ തിരിച്ചറിഞ്ഞ ഒരു വ്യക്തിയാണ് വാറൻ. ശരിയായ ബിസിനസ്സ് കണ്ടെത്തി, അതിന് ഉചിതമായ മാനേജർമാരെയും ഏർപ്പെടുത്തിക്കഴിഞ്ഞാൽ, പിന്നെ അവരുടെ ഏറ്റവും മികച്ച കഴിവുകൾ പുറത്തുകൊണ്ടുവരാൻ വേണ്ടി അകമഴിഞ്ഞു പ്രോത്സാഹിപ്പിക്കുക എന്നത് മാത്രമേ ചെയ്യേണ്ടതുള്ളൂ.

വാറന്റെ മാനേജ്മെന്റ് മോട്ടിവേഷണൽ സ്കിൽസ് ആണ് പുസ്തകത്തിന്റെ ഈ ഭാഗത്ത് നമ്മൾ ചർച്ച ചെയ്യുന്നത്. കാർനെഗിയിൽ നിന്നും അദ്ദേഹം എന്തൊക്കെ സ്വായത്തമാക്കി എന്നും, അവയെ എങ്ങനെ തന്റെ വിജയത്തിലേക്കുള്ള വഴിവിളക്കുകളാക്കി എന്നും വിശദീകരിക്കുന്നുണ്ട്. ആദ്യത്തെ മതിപ്പു മുതൽ, പ്രശംസിക്കുന്നതും, വിമർശനത്തിന്റെ നൂലാമാലകൾ മനസ്സിലാക്കുന്നതും,

പരോക്ഷമായി അഭിപ്രായങ്ങൾ പറയുന്നതും വരെ പല മാർഗ്ഗങ്ങളിലൂടെ സ്വതസിദ്ധമായി എങ്ങനെയാണ് തന്റെ മാനേജർമാരെ വാറൻ സ്വാധീനിച്ചിരുന്നതെന്നും പ്രചോദിപ്പിച്ചിരുന്നതെന്നും നമുക്ക നോക്കാം. ആദ്യത്തെ മതിപ്പ കൊണ്ട് അനുകൂലമായ ഒരു കളമൊരുക്കുന്നതെങ്ങനെ എന്ന് പരിശോധിച്ചുകൊണ്ടു തന്നെ നമുക്ക തുടങ്ങാം.

13

ആദ്യത്തെ അഭിപ്രായം തന്നെ നല്ലതാക്കുക

ഒരാളെ ആദ്യമായി കാണുമ്പോൾ,
സൗഹൃദപരമായിത്തന്നെ തുടങ്ങി വയ്ക്കുക.

ജെസി പെന്നീസിന്റെ റീട്ടെയിൽ ജ്വവലറി വിഭാഗത്തിന്റെ മേധാവി, ഡാലസ്സിലെ മിടുക്കിയായ ജ്വവലറി എക്സിക്യൂട്ടീവ് ബെറിൽ റാഫ് ആയിരുന്നു. 2009-ലെ വസന്തകാലത്ത്, ഒരു സുഹൃത്ത് അവരെ ഫോണിൽ വിളിച്ച് ബെർക്-ഷെയറിന്റെ ഹെൽസ്ബെർഗ് ഡയമണ്ട് ഷോപ്പിന്റെ സിഇഒ ആകാനുള്ള കൂടിക്കാഴ്ചയിൽ പങ്കെടുക്കുന്നോ എന്ന് ചോദിച്ചു. തൊണ്ണൂറു വർഷങ്ങൾക്ക് മുകളിൽ പാരമ്പര്യമുള്ള ഹെൽസ്ബെർഗിൽ, ഏകദേശം 240 ജ്വവലറി-ശൃംഖലകളുണ്ട്. ബെർക്-ഷെയറിനു വിൽക്കുന്നതിന് മുൻപ്, 'ഡയമണ്ട് രാജാവ്' എന്നറിയപ്പെട്ടിരുന്ന ബാർനെറ്റ് ഹെൽസ്ബെർഗിന്റെ ഒരു പുരുഷായുസ്സു നീണ്ട അദ്ധ്വാനംകൊണ്ട് ഉരുക്കിയെടുത്തതാണ് ആ ശൃംഖല.

വാറനെയും, അദ്ദേഹത്തിന്റെ കമ്പനിയായ ബെർക്-ഷെയർ ഹാത്-വേയെയും ഒരുപാട് ആരാധിച്ചിരുന്ന ഒരാളായിരുന്നു ബെറിൽ. അദ്ദേഹത്തിന് വേണ്ടി ജോലി ചെയ്തിരുന്ന ആളുകളുടെ വൈദഗ്ധ്യത്തെപ്പറ്റിയും, അദ്ദേഹം സ്വന്തമാക്കിയിരുന്ന പലതരം ബിസിനസ്സ് സംരംഭങ്ങളെപ്പറ്റിയും, ജ്ഞാനിയായ ഒരു സിഇഒ എന്ന നിലയിലുള്ള അദ്ദേഹത്തിന്റെ സൽപ്പേരിനെപ്പറ്റിയും അവർക്കറിയാമായിരുന്നു. അവിടെ ജോലി ചെയ്തിരുന്ന മാനേജർമാരിൽ നിന്നും അദ്ദേഹത്തിനെപ്പറ്റി ധാരാളം കേട്ടിട്ടുള്ള

ബെറിലിനെ സംബന്ധിച്ചിടത്തോളം, അത്തരമൊരു സ്ഥാപനത്തിൽ ജോലി ലഭിക്കുക എന്നത് ജീവിതാഭിലാഷമായിരുന്നു. വാറനോട് അൽപനേരം സംസാരിക്കാൻ ഒരവസരം ലഭിക്കുന്നത് തന്നെ തന്റെ കരിയറിലെ ഒരു നാഴികക്കല്ലായിരിക്കും എന്നവർ വിശ്വസിച്ചു. പക്ഷെ അവർ തീരെ പ്രതീക്ഷിക്കാത്ത ഒന്നാണ് അവരെ കാത്തിരുന്നത് – എയർപോർട്ടിൽ നിന്നും അവരെ കൂട്ടിക്കൊണ്ടു വരാൻ തന്റെ സ്വർണ്ണനിറമുള്ള കാഡിലാക് കാറിൽ വാറൻ നേരിട്ടുചെന്നു. സ്തംഭിച്ചു പോയ അവരെ, വളരെ വേഗം വാറൻ ആശ്വസിപ്പിച്ചു. മനോഹരമായി പെരുമാറുന്ന രസികനായ ഒരാളാണ് അദ്ദേഹമെന്ന് ബെറിൽ മനസ്സിലാക്കി. കുറച്ചു മണിക്കൂറുകൾ അവർ അദ്ദേഹത്തിന്റെ ഓഫീസിലിരുന്ന് ജ്വവലറി ബിസിനസ്സിനെ ക്കുറിച്ചുള്ള വീക്ഷണങ്ങൾ പങ്കുവച്ചു. അത് കഴിഞ്ഞ്, വാറൻ അവരെ ഉച്ചഭക്ഷണം കഴിക്കാൻ കൺട്രി ക്ലബ്ബിലേയ്ക്ക് കൂട്ടിക്കൊണ്ടു പോകുകയും, തന്റെ നാടു ചുറ്റിക്കാണിക്കുകയും ചെയ്തു. ശേഷം അവർക്ക് ജോലി വാഗ്ദാനം ചെയ്തു. രണ്ടു ദിവസങ്ങൾ അതിനെക്കുറിച്ച് ആലോചിച്ച ശേഷം അവർ ആ ജോലി സ്വീകരിക്കുകയും, പിന്നീട് സന്തോഷമായി ജീവിക്കുകയും ചെയ്തു. ജോലിയിൽ പ്രവേശിച്ച് ഏതാനും മാസങ്ങൾക്കുള്ളിൽ തന്നെ, വാറന്റെ കുടുംബം ദത്തെടുത്ത ഒരംഗമാണ് താൻ എന്ന് തോന്നുന്നതായി ബെറിൽ പറഞ്ഞിരുന്നു.

ആദ്യത്തെ കണ്ടുമുട്ടലുകൾ എപ്പോഴും സൗഹാർദ്ദപരമായിരിക്കേണ്ടത് പ്രധാനമാണെന്ന് വാറന് അറിയാം. ബെറിലുമായുള്ള കൂടിക്കാഴ്ച ആരംഭിച്ചത് തന്നെ, അവരെ അങ്ങോട്ടു പോയി കണ്ടുകൊണ്ടും, അവർക്കൊരു സവാരി വാഗ്ദാനം ചെയ്തുകൊണ്ടും ആയിരുന്നു. എളുപ്പത്തിൽ ഇടപെടാൻ കഴിയുന്ന, സുഹൃത്തിനെപ്പോലെ പെരുമാറുന്ന, രസികനായ, കൂടെ നിൽക്കുന്നയാളിന്റെ സൗകര്യങ്ങളിൽ ശ്രദ്ധാലുവായ ഒരു മനുഷ്യനാണ് അദ്ദേഹം. അദ്ദേഹം അവരെ ഉച്ചയൂണിനു കൂട്ടിക്കൊണ്ടു പോകുകയും, അവർ പറയുന്നതെല്ലാം ശ്രദ്ധാപൂർവ്വം കേൾക്കുകയും ചെയ്തു. എന്തായിരിക്കും അവർക്ക് അദ്ദേഹത്തിനെക്കുറിച്ചു തോന്നിയ ആദ്യത്തെ അഭിപ്രായം? *ഒരാൾക്ക് വേണ്ടി ജോലി ചെയ്യണം എന്ന് ഞാൻ ആഗ്രഹിക്കുന്നുണ്ടെങ്കിൽ, അത് ഇദ്ദേഹമാണ്.* ബെർക്-ഷെയർ ഹാത്-വേയ് കുടുംബത്തിലെ ഒരു സവിശേഷ അംഗമായിത്തന്നെ വാറൻ അവരെ എക്കാലത്തും കൂടെ നിർത്തി. അദ്ദേഹത്തിനെ ഏതെങ്കിലും വിധത്തിൽ നിരുത്സാഹപ്പെടുത്തേണ്ടി വരുമോ എന്നുള്ളതാണ് തന്റെ ഏറ്റവും വലിയ ഭയം എന്ന് അവർ പറയാറുണ്ട്.

വാറൻ മറിച്ചായിരുന്നു ചെയ്തിരുന്നത് എങ്കിലോ? അദ്ദേഹം

ബെറിലിനെ എയർപോർട്ടിൽ നിന്നും കൂട്ടിക്കൊണ്ടുവരാൻ പോയില്ലായിരുന്നുവെങ്കിൽ? അതിനുപകരം അവർക്ക് ഒരു ടാക്സി ഏർപ്പെടുത്തിക്കൊടുത്തിരുന്നുവെങ്കിൽ? അവരെ ഭക്ഷണം കഴിക്കാൻ കൂട്ടിക്കൊണ്ടു പോകാതെ, അവർക്ക് പറയാനുള്ളതൊന്നും കേൾക്കാൻ കൂട്ടാക്കാതെ ഇരുന്നിരുന്നുവെങ്കിൽ? എങ്കിൽ, തന്റെ സ്ഥാപനത്തിനെ സാമ്പത്തികമായി ഉയരാൻ വേണ്ട പിന്തുണ നൽകാൻ ഇവർക്കാവുമോ എന്ന് മാത്രം ചിന്തിക്കുന്ന, ദന്തഗോപുരത്തിലിരിക്കുന്ന ഒരു പണക്കാരൻ മാത്രമാണ് വാറൻ എന്നതായേനെ അദ്ദേഹത്തെക്കുറിച്ചുള്ള അവരുടെ ആദ്യത്തെ അഭിപ്രായം. അത്തരമൊരു തൊഴിലുടമയോടൊപ്പം ജോലി ചെയ്യാൻ അവർക്ക് ഒരിക്കലും താൽപര്യമുണ്ടാകുമായിരുന്നില്ല. അങ്ങനെയെങ്കിൽ അവർ ഒരിക്കലും ആ ജോലി സ്വീകരിക്കുമായിരുന്നില്ല.

ഇവിടെ വളരെ ലളിതമായ ഒരു നിയമമാണുള്ളത് : കാര്യങ്ങളെ നിങ്ങളുടെ വഴിക്ക് മുന്നോട്ടു നയിക്കണം എന്നാണ് നിങ്ങളാഗ്രഹിക്കുന്നത് എങ്കിൽ, മറ്റുള്ളവരുമായുള്ള ഇടപെടലുകൾ സൗഹാർദ്ദപരമായി തുടങ്ങുക. അതൊന്നു മാത്രമാണ് നമുക്ക് വേണ്ട ലക്ഷ്യം നേടാൻ സഹായിക്കുക.

14

പ്രശംസയുടെ ശക്തി

പ്രശംസിക്കപ്പെടണമെന്ന് നമ്മളിലോരോരുത്തരും ആഴത്തിൽ, ആത്മാർത്ഥമായി ആഗ്രഹിക്കുന്നുണ്ടാകും.

പ്രാധാന്യത്തോടെ പരിഗണിക്കപ്പെടണമെന്ന ആഗ്രഹം നമുക്കെല്ലാവർക്കുമുണ്ടെന്ന് വാറൻ മനസ്സിലാക്കുന്നു. അമേരിക്കൻ സൈക്കോളജിസ്റ്റും ഫിലോസഫറുമായ വില്യം ജെയിംസ് ഒരിക്കൽ പറഞ്ഞത് ഇതാണ്: "മനുഷ്യ പ്രകൃതത്തിന്റെ ഏറ്റവും അടിസ്ഥാനപരമായ തത്വം, അഭിനന്ദിക്കപ്പെടാനുള്ള ആഗ്രഹമാണ്." ഇത് കൃത്യമായി മനസ്സിലാക്കിയ ഒരാളാണ് വാറൻ.

വാറൻ നിരീക്ഷിച്ചിട്ടുള്ള നല്ല മാനേജർമാരിൽ ഒരാൾ, യുണൈറ്റഡ് സ്റ്റേറ്റ്സ് സ്റ്റീൽ കമ്പനിയുടെ മുൻ മേധാവിയായിരുന്ന ചാൾസ് ഷ്വാബ് ആണ്. ഒരു മില്യൺ ഡോളർ വാർഷിക വരുമാനം നേടുന്ന ആദ്യത്തെ സിഇഒ-യും, ആദ്യത്തെ സൂപ്പർസ്റ്റാർ മാനേജറുമായിരുന്നു ഷ്വാബ്. സ്റ്റീൽ വ്യവസായത്തെക്കുറിച്ചുള്ള അറിവായിരുന്നില്ല അദ്ദേഹത്തെ അത്രയ്ക്ക് ബഹുമാനമുള്ള ഒരു വ്യക്തിത്വമാക്കി ഉയർത്തി നിർത്തിയിരുന്നത്. ആ മേഖലയെക്കുറിച്ച് തനിക്ക് അത്ര ജ്ഞാനമില്ല എന്നത് അദ്ദേഹം തന്നെ സമ്മതിച്ചിട്ടുള്ള കാര്യമാണ്. പക്ഷെ, ജീവനക്കാർക്കിടയിൽ അദ്ദേഹം ഉണർത്തിവിട്ടിരുന്ന പ്രചോദനമായിരുന്നു അദ്ദേഹത്തെ വേറിട്ടു നിർത്തിയിരുന്നത്. അഭിനന്ദനങ്ങളിലൂടെയും പ്രോത്സാഹനങ്ങളിലൂടെയുമായിരുന്നു അദ്ദേഹം അത് സാധിച്ചിരുന്നത്.

ഷ്വാബ് പറയുന്നത്, "മറ്റുള്ളവരെ പ്രോത്സാഹിപ്പിക്കാനുള്ള കഴിവാണ് എന്റെ ഏറ്റവും വലിയ ബലം. മറ്റൊരു വ്യക്തിയെ

അയാളുടെ ഏറ്റവും മികച്ച പ്രകടനത്തിലേയ്ക്ക് കൊണ്ടുവരാനുള്ള മാർഗ്ഗം അഭിനന്ദനങ്ങളിലൂടെയും, പ്രോത്സാഹനങ്ങളിലൂടെയുമാണ്. മുതിർന്ന ഉദ്യോഗസ്ഥരിൽ നിന്നുള്ള വിമർശനങ്ങൾ ഒരു വ്യക്തിയുടെ അഭിലാഷങ്ങളെ തച്ചുടയ്ക്കും. ഞാൻ ആരെയും വിമർശിക്കാറില്ല. ജോലി ചെയ്യാൻ വേണ്ട പ്രേരണ ആളുകൾക്ക് നൽകണം എന്നാണ് ഞാൻ വിശ്വസിക്കുന്നത്. അതുകൊണ്ട് നല്ലതു പറയാൻ വലിയ ഇഷ്ടമാണെങ്കിലും, കുറ്റം കണ്ടുപിടിക്കാൻ വല്ലാത്ത വൈമനസ്യമാണ്. എനിക്കേറ്റവും ഇഷ്ടം, മനസ്സറിഞ്ഞുള്ള നല്ല വാക്കുകളും, പ്രോത്സാഹനവുമാണ്."

തന്റെ ബോസ് ആയ ആൻഡ്രൂ കാർനെഗിയാകട്ടെ, ജീവനക്കാരെ പൊതുമധ്യത്തിലും വ്യക്തിഗതമായും നിർലോഭം പ്രശംസിക്കുന്നത് ഷ്വാബ് ശ്രദ്ധിച്ചിരുന്നു. ചെറിയ നേട്ടങ്ങൾക്ക് പോലും ജീവനക്കാരെയും മാനേജർമാരെയും പ്രശംസിക്കണം എന്ന ഷ്വാബിന്റെ പ്രമാണം വാറൻ അടിയുറച്ച് വിശ്വസിച്ചിരുന്നു. തികഞ്ഞ ഒരു ചിയർലീഡറും, ജീവനക്കാർക്ക് വലിയ ആരാധനയുള്ള വ്യക്തിയുമായിരുന്നു അദ്ദേഹം. വ്യക്തിപരമായിട്ടോ, ബെർക്-ഷെയറിന്റെ വാർഷിക സമ്മേളനങ്ങളിലോ, അതിന്റെ വാർഷിക റിപ്പോർട്ടുകളിലോ ഒക്കെ മാനേജർമാരെ പ്രശംസിക്കുവാൻ യാതൊരു മടിയും അദ്ദേഹത്തിനുണ്ടായിരുന്നില്ല. ഇന്ന് ചെറിയ കാര്യങ്ങൾക്ക് നമ്മൾ മാനേജർമാരെ പ്രശംസിക്കുമ്പോൾ, ആ സന്തോഷത്തിൽ നാളെ നമുക്ക് പ്രശംസിക്കാനായി വലിയ സാഹചര്യങ്ങൾ അവർ ഒരുക്കിത്തരും എന്നാണ് ഷ്വാബിൽ നിന്നും വാറൻ പഠിച്ചത്.

വാറനെ സംബന്ധിച്ചിടത്തോളം, കൊടുക്കുംതോറും നല്ല പ്രതിഫലം എന്നും തിരികെത്തന്നിരുന്ന ഒരു സമ്മാനമായിരുന്നു പ്രശംസ.

15

അധികാരത്തിന്റെ മതിപ്പ്

നിങ്ങളുടെ ജീവനക്കാർക്ക്, അവർ പ്രതീക്ഷിക്കുന്ന സുന്ദരമായൊരു സ്ഥാനമാനം നൽകുകയും, അവരെ പ്രശംസിക്കാൻ നിങ്ങൾക്ക് ലഭിക്കുന്ന ഒരവസരം പോലും പാഴാക്കാതിരിക്കുകയും ചെയ്യുക.

ജീവനക്കാർക്ക് അവർ കൊതിക്കുന്ന പദവി നൽകുന്നതിനെപ്പറ്റി കാർനെഗി പറഞ്ഞ ഒരു കഥയിൽ നിന്നുമാണ് വാറൻ പഠിച്ചത്.

ഒരു കമ്പനിയിൽ വളരെക്കാലമായി ജോലി ചെയ്തു വന്നിരുന്ന മുതിർന്ന ഒരു ജീവനക്കാരനുണ്ടായിരുന്നു. കാലക്രമേണ, മടുപ്പു കൊണ്ടോ താൽപര്യക്കുറവുകൊണ്ടോ അദ്ദേഹത്തിന്റെ വൈദഗ്ധ്യവും ഉത്പാദനക്ഷമതയും കുറയാൻ തുടങ്ങി. അദ്ദേഹത്തിന്റെ മാനേജർ, ഇക്കാര്യം എങ്ങനെ കൈകാര്യം ചെയ്യണമെന്ന് വിശദമായി ആലോചിച്ചു. വേണമെങ്കിൽ ആ മുതിർന്ന ജീവനക്കാരനെ ജോലിയിൽ നിന്നും പിരിച്ചുവിടാം; പക്ഷെ അപ്പോൾ, അദ്ദേഹത്തിനു പകരക്കാരനെ കണ്ടെത്തുക എന്ന കടമ്പ ശ്രമകരമായിരിക്കും. ജോലിയിൽ നിന്നും പിരിച്ചുവിടും എന്ന് പറഞ്ഞു ഭീഷണിപ്പെടുത്തി നോക്കാം. അങ്ങനെ വരുമ്പോൾ ചിലപ്പോൾ അദ്ദേഹത്തിന് മാനേജറോട് നീരസം തോന്നാം. ആ മാനേജർ ഒടുവിൽ അദ്ദേഹത്തോട് മുഖാമുഖം, ഒരു സഹൃദസംഭാഷണം നടത്താൻ തീരുമാനിച്ചു. സംസാരമധ്യേ, ആ കമ്പനിയിലെ മികച്ച ജീവനക്കാരിൽ ഒരാളാണ് അദ്ദേഹമെന്നും, അവിടെയുള്ള പലർക്കും അദ്ദേഹമൊരു പ്രചോദനമാണെന്നും, പഴയ ഉപഭോക്താക്കളിൽ പലരും അദ്ദേഹത്തിന്റെ

കഴിവിനെ അഭിനന്ദിച്ചിട്ടുണ്ടെന്നും മാനേജർ അറിയിച്ചു. എന്നാൽ ഈയിടെയായി അദ്ദേഹത്തിന്റെ മികവിൽ ഒരു കോട്ടമുണ്ടെന്നും, അത് തന്നെ അലട്ടുന്നുണ്ടെന്നും, അദ്ദേഹത്തിനെ ഏതെങ്കിലും വിധത്തിൽ തനിക്ക് സഹായിക്കാൻ കഴിയുമോയെന്നും മാനേജർ കൂട്ടിച്ചേർത്തു. ആ ജീവനക്കാരൻ എങ്ങനെയാവും പ്രതികരിച്ചിട്ടുണ്ടാവുക? തനിക്ക് കാത്തുസൂക്ഷിക്കാൻ ഒരു പെരുമയുണ്ടെന്ന തിരിച്ചറിഞ്ഞ ജീവനക്കാരൻ തന്റെ അലസത കൈവെടിയുകയും, ഉത്പാദനക്ഷമത വർദ്ധിപ്പിക്കുകയും, മറ്റുള്ളവർ ആദരവോടെ നോക്കിക്കാണുന്ന മിടുക്കനായ ഒരാളായി തിരിച്ചുവരികയും ചെയ്തു.

ബിസിനസ്സിലെ മികച്ചവരാണെന്നാണ് തന്റെ ഓരോ മാനേജറെപ്പറ്റിയും വാറൻ പറയാറുള്ളത്. ഈ മതിപ്പ്, ബെർക്-ഷെയറിലെ ഷെയർഹോൾഡർമാർക്ക് വർഷത്തിലൊരിക്കൽ എഴുതുന്ന കത്തുകളിലും, ബെർക്-ഷെയറിന്റെ വാർഷിക സമ്മേളനങ്ങളിലോ പത്രസമ്മേളനങ്ങളിലോ സംസാരിക്കുമ്പോഴും അദ്ദേഹം സൂചിപ്പിക്കാറുണ്ട്. അവരൊക്കെ മികച്ചവരായതുകൊണ്ടു തന്നെ ഇത് വളരെ എളുപ്പത്തിൽ, ഇപ്പോൾ വേണമെങ്കിലും ചെയ്യാൻ അദ്ദേഹത്തിന് സാധിക്കാറുണ്ട്.

ബോണോയ്ക്കുള്ള ഉപദേശം

മാനേജർമാർക്ക് പ്രതീക്ഷയ്ക്കൊത്തുയരാനുള്ള അവസരങ്ങൾ നൽകണമെന്ന വാറന്റെ ഈ സിദ്ധാന്തത്തിന്, അദ്ദേഹം ഒരിക്കൽ റോക്ക്സ്റ്റാറായ ബോണോയ്ക്ക് നൽകിയ ഉപദേശത്തിനോട് സാമ്യമുണ്ട്. ആഫ്രിക്കയിലെ കൊടും ദാരിദ്ര്യത്തിനെതിരെ താൻ നടത്തുന്ന പോരാട്ടത്തിന് അമേരിക്കക്കാരുടെ പിന്തുണ ഉറപ്പാക്കുന്നതെങ്ങനെ എന്ന് ബോണോ ഒരിക്കൽ വാറനോട് ഉപദേശം തേടി. വാറൻ അയാളോട് പറഞ്ഞു : അമേരിക്കയുടെ മനഃസ്സാക്ഷിയോട് അപേക്ഷിക്കരുത്. അമേരിക്കയുടെ മഹത്വത്തിനോട് അപേക്ഷിക്കൂ. നിങ്ങളുടെ കാര്യം നടന്നിരിക്കും".

ഒരാളുടെ മനഃസ്സാക്ഷിയോട് നമ്മളൊരു കാര്യം അപേക്ഷിക്കുമ്പോൾ, ആ വ്യക്തിയുടെ ശരിതെറ്റുകളെക്കുറിച്ചുള്ള വിവേചനത്തോടാണ് നമ്മൾ അപേക്ഷിക്കുന്നത്. ആഫ്രിക്കയിലെ പട്ടിണിപ്പാവങ്ങളെ സഹായിക്കാനുള്ള മനസ്സില്ലാത്ത നിങ്ങൾ എന്തുതരം മനുഷ്യനാണ്? ഇങ്ങനെയൊരു തോന്നൽ അവരുടെ കുറ്റബോധത്തെ അലട്ടും. നമ്മളെ കുറ്റബോധത്തിലാക്കുന്ന ആളുകളോട് നമുക്ക്

വലിയ താല്പര്യമൊന്നും തോന്നാൻ വഴിയില്ലല്ലോ. കഴിയുന്നതും അങ്ങനെയുള്ളവരെ ഒഴിവാക്കാനായിരിക്കും നമ്മൾ ശ്രമിക്കുക.

അതിനുപകരം, അമേരിക്കക്കാരുടെ മഹത്വബോധത്തോട് അപേക്ഷിക്കാനാണ് വാറൻ ബോണോയെ ഉപദേശിച്ചത്. "ആഫ്രിക്കയിലെ പാവങ്ങൾ പട്ടിണിയോട് മല്ലിടുകയാണ്. എന്നാൽ ഭൂമിയിലെ ഏറ്റവും ധനികജനതയായ നിങ്ങളാകട്ടെ, ഇവിടെ വെറുതെയിരുന്ന് അവരെ പട്ടിണിയ്ക്ക് വിട്ടുകൊടുക്കുകയാണോ വേണ്ടത്?" എന്ന മട്ടിലുള്ള വാചകം അവരുടെ കുറ്റബോധത്തെ തൊട്ടുനോവിച്ചേക്കും. എന്നാൽ ഇങ്ങനെ പറഞ്ഞു നോക്കിയാലോ – "ബൗദ്ധികമായി ഏറ്റവും ഉയർന്നു നിൽക്കുന്ന ഒരു ജനതയാണ് നിങ്ങൾ. എന്തെല്ലാം വെല്ലുവിളികൾ ഉണ്ടായിരുന്നിട്ടും, നിങ്ങൾ രണ്ടാം ലോകമഹായുദ്ധം ജയിച്ചു. ചന്ദ്രനിൽ ഒരു മനുഷ്യനെ എത്തിച്ചു. ആഫ്രിക്കയിലെ പാവങ്ങളായ, ദുരിതമനുഭവിക്കുന്ന ജനതയുടെ പ്രശ്നം എനിക്ക് മുന്നിലെത്തിയപ്പോൾ, ആരോടാണ് ഞാൻ സഹായമഭ്യർത്ഥിക്കേണ്ടത് എന്ന് ഞാനൊന്നു ചിന്തിച്ചു. അപ്പോഴാണ്, ഏത് കഠിനപ്രശ്നങ്ങളെയും പരിഹരിക്കാൻ കഴിയുന്ന, അസാധ്യമായതെന്തിനെയും നേടിയെടുക്കാൻ കെൽപ്പുള്ള, ലോകത്തിലെ തന്നെ മികച്ച ഈ രാജ്യം ഒരു വെളിപാട് പോലെ എന്റെ ചിന്തകളിൽ തെളിഞ്ഞു വന്നത്." അമേരിക്കയുടെ അഭിമാനബോധത്തോട്, വലിയവരാണെന്ന ബോധത്തോട്, യശസ്സിനോട് അപേക്ഷിക്കാനായിരുന്നു വാറന്റെ ഉപദേശം. ഒരു വ്യക്തിയോടോ രാഷ്ട്രത്തിനോടോ, അവരിൽ നിന്നുള്ള പ്രതീക്ഷ വ്യക്തമാക്കിക്കൊടുത്താൽ, അവർ തീർച്ചയായും അതിനൊത്തുയരും. അതേസമയം, അവരെ കുറ്റബോധത്തിലാഴ്ത്തി, നാണം കെടുത്തിയാൽ, അവർ നിങ്ങളെ നിരാശപ്പെടുത്തും.

കുറ്റബോധത്തെ ഉപയോഗിച്ച് കാര്യം നേടാൻ ശ്രമിക്കുന്നത് ഒരിക്കലും ഫലം കാണില്ല. മറ്റുള്ളവരുടെ മഹനീയതയോട് കാര്യങ്ങൾ അവതരിപ്പിക്കുന്നതാണ് വാറനെ സഹായിച്ചിട്ടുള്ളത്. നിങ്ങളെയും അത് സഹായിക്കും. നിങ്ങൾ പ്രചോദിപ്പിക്കാൻ ശ്രമിക്കുന്ന മാനേജർമാർക്കും ജീവനക്കാർക്കും ഇതിണങ്ങും എന്നതാണ് പ്രധാനം.

16

വിമർശനത്തിന്റെ വിപത്തുകൾ

ഒരാളെ പ്രചോദിപ്പിക്കാൻ വിമർശനത്തെ ഉപയോഗിക്കുന്നത് വിഫലമായൊരു പ്രവർത്തിയാണ്. കാരണം, അത് ആ വ്യക്തിയെ പ്രതിരോധത്തിലേർപ്പെടുത്തുകയും, ആത്മാഭിമാനത്തെ വ്രണപ്പെടുത്തുകയും, സ്വന്തം മതിപ്പിനെ കീറിമുറിക്കുകയും, വിദ്വേഷത്തെ ഉണർത്തിവിടുകയും ചെയ്യുന്നു.

ആവശ്യപ്പെടാതെ തന്നെ മറ്റൊരാൾ നമ്മളെ വിമർശിക്കുന്നത്, നമുക്കൊന്നും അത്ര ഇഷ്ടമുള്ള കാര്യമായിരിക്കില്ല എന്ന് വാറൻ പറയാറുണ്ട്. അത് വിദ്വേഷം വളർത്തും. യൗവ്വനാരംഭത്തിൽ തന്നെ പലരും മാതാപിതാക്കളുടെ വീട്ടിൽ നിന്നും ഇറങ്ങിപ്പോകുന്നതിന് ഇതൊരു കാരണമാണ്. പല വിവാഹങ്ങളും തകരുന്നതിനും കാരണം ഇതുതന്നെയാണ്. എന്നിരിക്കിലും, നമ്മുടെ വിമർശനങ്ങൾ മറ്റുള്ളവരുടെ മേൽ അടിച്ചേൽപ്പിക്കുക എന്ന തെറ്റ് നമ്മളിൽ പലരും ചെയ്യാറുണ്ട്. തൊഴിലിടങ്ങളിലാണ് ഇത് കൂടുതലായി കാണാറ്. മാനേജർമാരെ പ്രചോദിപ്പിക്കാൻ വിമർശനം ശരിയായ ഒരു മാർഗ്ഗമല്ല എന്ന് വാറൻ മനസ്സിലാക്കിയിട്ടുണ്ട്. ശാശ്വതമായ ഒരു മാറ്റം അത് കൊണ്ടുവരില്ല എന്നു മാത്രമല്ല, ജോലിസ്ഥലത്തെ ഗുണകരമായ ബന്ധങ്ങളെ സാരമായി ബാധിക്കുകയും ചെയ്യും.

മാനേജർമാർ തെറ്റുകൾ ചെയ്യുമ്പോൾ അവരെ വിമർശിക്കുന്നതിനു പകരം, എവിടെയാണ് പിഴവ് പറ്റിയത് എന്നും, എങ്ങനെയാണ് കണക്കുകൂട്ടൽ പാളിയത് എന്നും മനസ്സിലാക്കാനാണ് വാറൻ ശ്രമിക്കാറ്. അവരുടെ സ്ഥാനത്തുനിന്നും കാര്യങ്ങളെ

മനസ്സിലാക്കാൻ അദ്ദേഹം ശ്രദ്ധിക്കും. ബുദ്ധിപരമായ സാഹസങ്ങൾക്ക് മുതിരുന്ന മാനേജർമാർക്ക്, വല്ലപ്പോഴും ചെറിയ തെറ്റുകളൊക്കെ പറ്റിയാൽ, വാറൻ അത് കണ്ണടച്ച് കൊടുക്കാറുണ്ട്.

വാറന്റെ രീതികൾ ഒന്നു നോക്കാം :

ബെർക്-ഷെയറിന്റെ മിഡ്അമേരിക്കൻ എനർജി കമ്പനി നടത്തുന്ന ഡേവിഡ് സോകോൾ വാറന്റെ ഉന്നതോദ്യോഗസ്ഥന്മാരിൽ ഒരാളാണ്. ഒരിക്കൽ അദ്ദേഹം 360 മില്യൺ ഡോളർ നിക്ഷേപിച്ച ഒരു സിങ്ക് പദ്ധതി പരാജയപ്പെടുകയും, ഒടുവിൽ ആ പദ്ധതി എഴുതി ത്തള്ളേണ്ടി വരുകയും ചെയ്തു. അത്ര വലിയ ഒരു പിഴവ് തന്നിൽ നിന്ന് വന്നതിനാൽ വാറൻ തന്നെ ജോലിയിൽ നിന്നും പിരിച്ചുവിടും എന്ന് ഡേവിഡ് ഉറപ്പിച്ചു. എന്നാൽ അയാളെ പിരിച്ചുവിടുകയോ, വിമർശിക്കുകയോ അല്ല വാറൻ ചെയ്തത്. പകരം, "നമ്മളെല്ലാവരും പിഴവുകൾ വരുത്താറുണ്ട്" എന്ന് ലളിതമായി ഡേവിഡിനോട് അദ്ദേഹം പറഞ്ഞു. ബെർക്-ഷെയർ ഹാത്-വേയുടെ സാരഥിയായിരിക്കുന്ന കാലയളവിൽ ഇതിലും വലിയ പല പിഴവുകളും താൻ ചെയ്തിട്ടുണ്ടെന്നും, അവയിൽ കുടുങ്ങിക്കിടക്കാതെ, അവയിൽ നിന്നുമുള്ള പാഠങ്ങൾ ഉൾക്കൊണ്ട് മുന്നോട്ടുപോകാനും അദ്ദേഹം ഉപദേശിച്ചു.

അതിന്റെ പൊരുൾ കൃത്യമായി മനസ്സിലാക്കിയ ഡേവിഡ് പിന്നീടൊരിക്കലും ആ പിഴവ് ആവർത്തിച്ചില്ല. മറിച്ച്, കഴിഞ്ഞ ഒൻപതു വർഷമായി ബെർക്-ഷെയറിന്റെ ഊർജ്ജ പദ്ധതികളെ ഒന്നാന്തരമായി നയിച്ച്, മികച്ച ലാഭമുണ്ടാക്കുന്ന ഒരു വ്യവസായമായി അദ്ദേഹം മാറ്റി.

അന്ന് വാറൻ അദ്ദേഹത്തെ ഇകഴ്ത്തുകയോ, അയാൾ ചെയ്ത വിഡ്ഢിത്തരത്തിന് കളിയാക്കുകയോ, വിമർശിക്കുകയോ ചെയ്തിരുന്ന എങ്കിൽ, ഡേവിഡിന് വാറനോട് നീരസം തോന്നിയേനെ. അങ്ങനെയായിരുന്ന എങ്കിൽ, വാറന്റെ മിഡ്അമേരിക്കൻ എനർജി എന്ന സ്ഥാപനം ഇന്നു കാണുന്നതുപോലത്തെ പണം വാരുന്ന ഒരു ശക്തികേന്ദ്രമായ മാറുമായിരുന്നില്ല.

പേരെടുത്തു പറഞ്ഞു പ്രശംസിക്കുക; വകുപ്പിനെ മൊത്തത്തിൽ വിമർശിക്കുക

ഒരു മാനേജർക്ക് എപ്പോൾ വേണമെങ്കിലും എടുത്തുപയോഗിക്കാൻ കൈവശമുള്ള രണ്ട് ഉപകരണങ്ങളാണ് പ്രശംസയും, വിമർശനവും.

കൃത്യമായി ഉപയോഗിച്ചാൽ കഠിനാദ്ധ്വാനം ചെയ്യാനും, ക്രിയാത്മകമായി പ്രവർത്തിക്കാനും, വലിയ വിജയങ്ങൾ കൈവരിക്കാനുമെല്ലാം ജീവനക്കാരെ പ്രചോദിപ്പിക്കാൻ ഇവ രണ്ടും തന്നെ മതിയാവും. എന്നാൽ കൃത്യമായി ഉപയോഗിച്ചില്ലെങ്കിലോ? ആവേശവും, പ്രത്യാശയും, ക്രിയാത്മകതയുമൊക്കെ തകർന്ന് തരിപ്പണമാകുവാനും, പരാജയത്തിലേയ്ക്ക് കൂപ്പുകുത്തുവാനും ഇവ കാരണമായേക്കും. പ്രശംസയേയും വിമർശനത്തെയും ഫലപ്രദമായി എങ്ങനെ വിനിയോഗിക്കാം എന്ന് മനസ്സിലാക്കി പ്രവർത്തിക്കുന്നതാണ് ഒരു നല്ല മാനേജറിന് അടിസ്ഥാനപരമായി വേണ്ട കടമ എന്ന് വാറൻ പറയുന്നു. ഇത് പൂർണ്ണമായും മനസ്സിലാക്കുന്ന ഒരു മാനേജറിന് ഏത് കടമ്പ കൊടുത്താലും അതിനനുസരിച്ച് മറ്റുള്ളവരെ പ്രോത്സാഹിപ്പിക്കാനുള്ള കഴിവുണ്ടായിരിക്കും; പ്രൊഡക്ഷൻ ടീമിനെ കൂടുതൽ ഫലപ്രദമായും കാര്യക്ഷമമായും പണിയെടുക്കാൻ പ്രചോദിപ്പിക്കുന്നതായാലും ശരി, സ്വന്തം കുട്ടികളെക്കൊണ്ട് ഗൃഹപാഠം ചെയ്യിക്കുന്നതായാലും ശരി.

പ്രശംസയും വിമർശനവും ഉപയോഗിക്കുന്നതിൽ വാറൻ ഒരു ജീനിയസ്സാണ്. അദ്ദേഹത്തിന്റെ നിയമം ഇത്രയേ ഉള്ളൂ : പേരെടുത്തു വിളിച്ച് പ്രശംസിയ്ക്കു; വകുപ്പിനെ മൊത്തമായി വിമർശിക്കു. എന്താണ് ഇതിന്റെ അർത്ഥമെന്ന് നമുക്കൊന്നു നോക്കാം.

പ്രശംസയ്ക്ക് വേണ്ടി കൊതിക്കുന്നവരാണ് നമ്മളെല്ലാവരും. കുട്ടിക്കാലത്തു മാതാപിതാക്കളിൽ നിന്നും, പിന്നീടുള്ള കാലയളവിൽ അധ്യാപകരിൽ നിന്നും, ഉദ്യോഗത്തിലെത്തിക്കഴിഞ്ഞാൽ മേലധികാരിയിൽ നിന്നും നമ്മളത് പ്രതീക്ഷിക്കുന്നു. നമ്മളെക്കുറിച്ച് സ്വയം ഒരു മതിപ്പുളവാക്കാനും, കൂടുതൽ നല്ല പ്രവർത്തനം കാഴ്ച വയ്ക്കാനും അത് നമ്മളെ സഹായിക്കുന്നു. നമ്മൾ പോയിക്കൊണ്ടിരിക്കുന്നത് ശരിയായ ദിശയിലാണെന്നു മനസ്സിലാക്കാനും, അതിൽത്തന്നെ പൂർവ്വാധികം ഊർജ്ജസ്വലതയോടെ മുന്നോട്ടു പോകാനും പ്രശംസ നമ്മളെ പ്രാപ്തരാക്കുന്നു.

പൊതുവെ ആർക്കും വിമർശനങ്ങളെ ഇഷ്ടമല്ല. നമ്മൾ ചെയ്തതോ ചെയ്യാത്തതോ ആയ കാര്യങ്ങൾക്ക് നേരിടേണ്ടിവരുന്ന വിമർശനങ്ങൾ നമ്മളെ അസ്വസ്ഥരാക്കുകയും, നിരുത്സാഹപ്പെടുത്തുകയും ചെയ്യുന്നു. കുട്ടികളായാലും മുതിർന്നവരായാലും ഇങ്ങനെതന്നെയാണ്. നമ്മൾ ഏറ്റെടുത്ത ഉദ്യമത്തെ തെറ്റായിട്ടാണ് മനസ്സിലാക്കിയിരിക്കുന്നത് എന്നും, ശരിയായ ദിശയിലല്ല നമ്മൾ പോയിക്കൊണ്ടിരിക്കുന്നത് എന്നും, ഇപ്പോൾ ചെയ്തുകൊണ്ടിരിക്കുന്നതൊക്കെ നിർത്തണമെന്നും, വീണ്ടും ശ്രമിക്കുകയോ ശ്രമിക്കാതിരിക്കുകയോ

ചെയ്യണമെന്നുമൊക്കെയാണ് വിമർശനം കൊണ്ട് അർത്ഥമാക്കുന്നത്. വിമർശിക്കുന്നവരോട് നമുക്ക് അപ്രിയം തോന്നാറുണ്ട്. അത്തരക്കാർ പറയുന്നത് കേൾക്കാൻ കൂട്ടാക്കാതെ, അവരുടെ വായടപ്പിക്കാനാണ് നമ്മൾ ശ്രമിക്കാറ്.

സുഹൃദ്ബന്ധം സ്ഥാപിച്ചെടുക്കാൻ പ്രശംസയോളം പോന്ന മറ്റൊന്നില്ല. അതുപോലെതന്നെ ശത്രുക്കളെ സൃഷ്ടിക്കാൻ വിമർശനം പോലെയും ഒന്നില്ല.

പ്രശംസയേയും വിമർശനത്തെയും എങ്ങനെ ഇടകലർത്തി ഉപയോഗിക്കണം എന്ന് പല മാനേജർമാർക്കും അറിയില്ല. വാറന്റെ വലിയ ഒരു മാനേജ്മെന്റ് രഹസ്യമാണത് – പ്രശംസയും, വിമർശനവും ഒരുപോലെ ഉപയോഗിച്ച് എങ്ങനെ ഒരു വ്യക്തിയുടെ കാര്യക്ഷമതയെ കൂടുതൽ മികവുറ്റതാക്കാം എന്ന് അദ്ദേഹത്തിന് അറിയാം.

ഒരാൾ ചെയ്ത ചെറുതും വലുതുമായ നേട്ടങ്ങളെ പ്രശംസിച്ചു കൊണ്ടാണ് വാറൻ അവരുമായുള്ള ബന്ധം സ്ഥാപിച്ചെടുക്കുന്നത്. തന്റെ മാനേജർമാരെ പ്രശംസിക്കുവാനുള്ള ഒരവസരം പോലും അദ്ദേഹം നഷ്ടപ്പെടുത്താറില്ല. മാത്രവുമല്ല, ആളുകളുടെ പേര് ഓർത്തു വയ്ക്കുന്നതിൽ അസാമാന്യ ഓർമ്മശക്തിയുള്ള അദ്ദേഹം, എല്ലാവരെയും പേരെടുത്തു വിളിച്ചാണ് പ്രശംസിക്കാറുള്ളത്. അതെന്തു കൊണ്ടാണെന്നറിയാമോ? ഒരാൾക്ക് ഈ ലോകത്ത് ഏറ്റവും ഇമ്പമുള്ളതായി തോന്നുന്ന ഒന്ന് സ്വന്തം പേരാണ്. വാറൻ തയ്യാറാക്കുന്ന ഒരു വാർഷിക റിപ്പോർട്ട് എടുത്തു നോക്കിയാൽത്തന്നെ കാണാം – മാനേജർമാരുടെ പേരെടുത്തു പറഞ്ഞ് അവരെ പ്രശംസ കൊണ്ട് മൂടിയിരിക്കുന്നത്. ഉദാരമായി പ്രശംസ വാരിവിതറുന്നതാണ് അദ്ദേഹത്തിന്റെ ശീലം.

വാറൻ തന്റെ മാനേജർമാരെ ഉത്കൃഷ്ടമായ ഒരു നിലയിലേയ്ക്ക് ഉയർത്തുകയും, നേരിട്ടും എഴുത്തുകളിലൂടെയും പ്രശംസിച്ച് ആ വ്യക്തി പ്രിയപ്പെട്ട ഒരാളാണെന്ന് തോന്നിപ്പിക്കുകയും ചെയ്യും. തൊഴിലിടം എന്നത് പണമുണ്ടാക്കാനുള്ള ഒരിടം എന്നതിനപ്പുറം, ആത്മാഭിമാനത്തെ വളർത്താനുള്ള ഒരിടമായി മാറുന്നു.

മാനേജർമാരുടെ ആദരവും വിശ്വാസവും നേടിയെടുക്കുന്നത് വഴി, അവരുടെ നന്മയ്ക്ക് വേണ്ടി നിലകൊള്ളുന്ന ഒരു വ്യക്തിയാണ് വാറൻ എന്ന വിശ്വാസം അദ്ദേഹം അവരിൽ ഊട്ടിയുറപ്പിക്കുന്നു. അവർക്ക് ആവശ്യമായ ഉപദേശങ്ങൾ നൽകാൻ യോഗ്യനായ ഒരാളാണ് അദ്ദേഹം എന്ന സ്വീകാര്യതയും അതോടൊപ്പം

ലഭിക്കുന്നു. ഇവിടെ ഒരൽപം 'ജാലവിദ്യ'യും അദ്ദേഹം പ്രയോഗിക്കുന്നുണ്ട് : അദ്ദേഹം ഒരിക്കലും ഒരു മാനേജറെ നേരിട്ട് വിമർശിക്കില്ല. അദ്ദേഹവുമായി സുദൃഢമായ ബന്ധമുള്ള ഒരു മാനേജർ ഒരു ബിസിനസ്സ് ആശയം പങ്കുവയ്ക്കുമ്പോൾ, വാറന് അതിൽ വലിയ താല്പര്യമൊന്നുമില്ല എന്നിരിക്കട്ടെ. വളരെ ലളിതമായി ചില നിർദ്ദേശങ്ങൾ നൽകിയ ശേഷം, ആ മാനേജർ സ്വന്തമായി ആലോചിച്ച് ഒരു തീരുമാനത്തിൽ എത്തട്ടെ എന്ന് കരുതി അത് വിട്ടുകൊടുക്കുകയാണ് വാറൻ ചെയ്യാറ്. മാനേജറുടെ ആശയത്തെ അംഗീകരിക്കുകയും, അത് ആകർഷകമാണെന്ന് പറയുകയും ചെയ്യുന്നതിനൊപ്പം തന്നെ, അദ്ദേഹമോ മറ്റൊരു സംരംഭകനോ ഇത്തരത്തിലുള്ള ആശയം ഏറ്റെടുത്തപ്പോൾ ഉണ്ടായ നഷ്ടത്തെക്കുറിച്ചും അദ്ദേഹം സൂചിപ്പിക്കും. ഇത് കേൾക്കുന്ന മാനേജറിന് സ്വന്തമായി ഒരു തീരുമാനത്തിലെത്താൻ സാധിക്കുന്നു. ഇത്തരം സന്ദർഭങ്ങളിൽ വാറൻ ചെയ്യാറുള്ള ഒരു ഒന്നാന്തരം പ്രതികരണം ഇതാണ്.

പൊതുവെ എന്തിനെക്കുറിച്ച് സംസാരിക്കുമ്പോഴും വാറൻ ഇതേ പ്രമാണമാണ് പിന്തുടർന്ന് പോരുന്നത് – ബാങ്കറായ ഒരു വ്യക്തിയെ പ്രശംസിക്കുന്നതിൽ അദ്ദേഹം തെല്ലും ഉപേക്ഷ വിചാരിക്കാറില്ല. എന്നാൽ ആ വ്യക്തിയുടെ ഏതെങ്കിലും പ്രവർത്തിയിൽ അതൃപ്തി തോന്നിയാൽ, ബാങ്കിങ് മേഖലയെ മൊത്തത്തിൽ വിമർശിക്കുക മാത്രമേ അദ്ദേഹം ചെയ്യാറുള്ളൂ. ആ വ്യക്തിയുടെ മാന്യതയ്ക്ക് കോട്ടം തട്ടാതെ തന്നെ, തനിക്ക് പറയാനുള്ളതിനെ വാറൻ വ്യക്തമാക്കുന്നതിനാൽ അദ്ദേഹം ഒരിക്കലും ഒരു ശത്രുവിനെ ഉണ്ടാക്കുന്നില്ല.

വാറന്റെ തന്നെ വാക്കുകളിൽ പറഞ്ഞാൽ, "പേരെടുത്തു പറഞ്ഞു പ്രശംസിക്കൂ; വകുപ്പിനെ മൊത്തത്തിൽ വിമർശിക്കൂ".

ഒരാളെ വ്യക്തിപരമായി വിമർശിച്ചേ മതിയാവൂ എങ്കിൽ, ആദ്യം അവരെ പ്രശംസിക്കൂ

വ്യക്തിപരമായി വിമർശിക്കുന്നത് അത്യന്തം ദോഷകരമാണ് എന്ന് വാറന് അറിയാമെങ്കിലും, അദ്ദേഹം ഒരു യാഥാർഥ്യവാദിയാണ്. ചില സന്ദർഭങ്ങളിൽ ഒഴിച്ചുകൂടാനാവാത്ത ഒന്നാണ് വിമർശനം എന്ന് അദ്ദേഹത്തിന് അറിയാം. അത്തരം സന്ദർഭങ്ങളിൽ അദ്ദേഹം പിന്തുടരുന്നത്, 'ആദ്യം ആ വ്യക്തിയെ അനുമോദിക്കണം' എന്ന

കാർനെഗിയുടെ ഉപദേശമാണ്. പൊതുവെ വിമർശനം എന്നത് ആളുകൾ കണ്ണുംപൂട്ടി നിഷേധിക്കുന്ന ഒന്നാണ്. എന്നാൽ, ആദ്യം ഒന്ന് പ്രശംസിച്ച ശേഷം വിമർശിച്ചാൽ, ആ നിർദ്ദേശത്തിന്റെ സ്വീകാര്യത വർദ്ധിക്കും.

നമ്മളെ അനുമോദിക്കുന്ന ഒരാളെ, നമുക്കിഷ്ടമുള്ള ഒരു സുഹൃത്തായാണ് നാം കാണുന്നത്. നമുക്കിഷ്ടമുള്ളവരുടെ വാക്കുകൾക്ക് നമ്മൾ വിലകൊടുക്കുന്നു. ക്രിയാത്മകമായ വിമർശനങ്ങൾ സ്വീകരിക്കപ്പെടാനും പ്രാവർത്തികമാക്കപ്പെടാനും അവശ്യമായ വിശ്വാസം ഉരുത്തിരിയിക്കാൻ പ്രശംസയ്ക്ക് കഴിയും.

ഈയൊരു മാതൃക ഉപയോഗിച്ചാണ് പെട്രോചൈനയിൽ നിക്ഷേപിച്ചതിൽ കോപാകുലരായ ബെർക്ക്-ഷെയർ ഷെയർഹോൾഡേഴ്സിനെ അദ്ദേഹം അനുനയിപ്പിച്ചത്. പെട്രോചൈനയുടെ പേരന്റ് കമ്പനിയായ ചൈന നാഷണൽ പെട്രോളിയം കോർപറേഷൻ (CNPC), സുഡാനിൽ നടത്തിയ നിക്ഷേപങ്ങളായിരുന്നു അവരെ ചൊടിപ്പിക്കാൻ കാരണം. അവർ പ്രതിഷേധിച്ചപ്പോൾ, അവരുടെ സാമൂഹ്യബോധത്തെ അനുമോദിച്ചുകൊണ്ടായിരുന്നു വാറൻ സംസാരിച്ചു തുടങ്ങിയത്. സുഡാനിലെ സാഹചര്യങ്ങളുടെ ഗുരുതര സ്വഭാവത്തെക്കുറിച്ചും അദ്ദേഹം എടുത്തു പറഞ്ഞു. അതിനു ശേഷം മാത്രമാണ്, അവരുടെ അവസ്ഥയെക്കുറിച്ചും; പെട്രോചൈന, CNPC-യുടെ ഒരു അനുബന്ധ കമ്പനി മാത്രമായതിനാൽ ബെർക്ക്-ഷെയറിന് അവരെ യാതൊരുവിധത്തിലും സ്വാധീനിക്കാൻ കഴിയില്ല എന്നുള്ളതും അദ്ദേഹം വ്യക്തമാക്കിയത്.

ഈ പ്രശംസ/വിമർശനം മാതൃകയുടെ ചില ഉദാഹരണങ്ങൾ ഇതാ : 1) ബിസിനസ്സിൽ : "ജോണി, ഓഫീസിലെ കത്തിടപാടുകൾ നടത്തുന്നതിൽ നീയൊരു മിടുക്കൻ തന്നെ. ഇതിനു മുൻപ് ഈ ജോലി ചെയ്തിരുന്ന ആളെക്കാൾ എന്തുകൊണ്ടും നീ മികച്ചു നിൽക്കുന്നുണ്ട്. നീ നന്നായി പണിയെടുക്കുന്നുണ്ട്. ഉപഭോക്താക്കളുടെ പരാതികൾ ഒരൽപം പരുക്കനായാണ് കൈകാര്യം ചെയ്യുന്നത് എന്ന് തോന്നുന്നു. വിരോധമില്ലെങ്കിൽ, ഞാൻ കുറച്ചു നിർദ്ദേശങ്ങൾ തരട്ടെ?"

2) കുടുംബത്തിൽ : "നിന്റെ റിപ്പോർട്ട് കാർഡ് കണ്ടാൽ അറിയാം നീ സ്പെല്ലിങ്ങിന്റെ കാര്യത്തിൽ ഒരു മിടുക്കിയാണെന്ന്. അത് അടിപൊളിയാണ്. അത് നന്നായി ചെയ്യുന്നത് കാണുമ്പോൾ എനിക്ക് അഭിമാനം തോന്നുന്നു. കണക്കിൽ നിനക്ക് കുറച്ചു പ്രശ്നങ്ങൾ ഉണ്ടല്ലേ? നിന്റെ പ്രായത്തിൽ എനിക്കും ഇതേ പ്രശ്നം

തന്നെയുണ്ടായിരുന്നു. നിനക്ക് എന്റെ സഹായം വേണമെങ്കിൽ തുറന്നു പറഞ്ഞോളൂ. ഞാൻ സഹായിക്കട്ടെ?"

ഇവിടത്തെ നിയമം നേർവഴിക്കുള്ളതാണ് : ഒരു മാറാരോഗമെന്നപോലെ ഒഴിവാക്കേണ്ട ഒന്നാണ് വിമർശനം. എന്നിരിക്കിലും, അത് ചെയ്തേ തീരൂ എന്നാണെങ്കിൽ, ആദ്യം ആ വ്യക്തിയെ പ്രശംസിച്ച ശേഷം, ആ വകുപ്പിനെ വിമർശിക്കാം. അല്ലെങ്കിൽ, ആ വ്യക്തിയെ വിമർശിക്കുന്നതിന് മുന്നോടിയായി, അവരുടെ നല്ല പ്രവർത്തികളെ അഭിനന്ദിക്കാം. വാറനെ സംബന്ധിച്ചിടത്തോളം വിജയകരമായ ഒരു മാതൃകയാണിത്. നല്ലവാക്കുകൾ കൊണ്ട് പരസ്പരബന്ധത്തിന് വേരുകളുറപ്പിക്കാൻ ആഗ്രഹിക്കുന്ന ആർക്കും ഇത് പ്രാവർത്തികമാകും എന്ന് തീർച്ച.

17

ഒരു വാഗ്വാദം എങ്ങനെ ജയിക്കാം

ഒരു വാഗ്വാദം ജയിക്കണമെങ്കിൽ, ചിലയിടങ്ങളിൽ നമ്മൾ തോറ്റ കൊടുക്കേണ്ടതുണ്ട്.

ഒരു വാഗ്വാദത്തിൽ ജയിക്കാനുള്ള ഏറ്റവും നല്ല മാർഗ്ഗമായി വാറൻ കരുതുന്നത് അങ്ങനെയൊന്ന് ഉണ്ടാവാതെ നോക്കണം എന്നുള്ളതാണ്. മറ്റുള്ളവരുടെ മുന്നിൽ വച്ച് ഒരാളെ തിരുത്താൻ നമ്മൾ ശ്രമിച്ചാൽ, ആ വ്യക്തിയ്ക്ക് വിഷമവും മാനക്കേടും ഉണ്ടാവാൻ ഇടയാകും. ഒടുവിൽ അവർക്ക് അങ്ങനെ പറയുന്നവരോട് നീരസം തോന്നാം. ഒരാളോട് നമുക്കൊരു പ്രശ്നമുണ്ടെങ്കിൽ, ആദ്യം ആ വ്യക്തിയോട് പൊരുത്തപ്പെട്ട് അവരുടെ വിശ്വാസം നേടിയെടുക്കണമെന്നും; അങ്ങനെ വരുമ്പോൾ നമ്മുടെ ആശയങ്ങൾക്ക് അവർ വില നൽകുമെന്നും കാർനെഗിയിൽ നിന്ന് വാറൻ പഠിച്ചിട്ടുണ്ട്. വാറൻ ഈ തത്വത്തെ മനസ്സാലെ അംഗീകരിക്കുകയും ജീവിതത്തിലുടനീളം പകർത്തുകയും ചെയ്തിട്ടുണ്ട്. വഴക്കുകളും, വാഗ്വാദങ്ങളും ഒഴിവാക്കുന്നതിൽ വാറന് പ്രത്യേക നൈപുണ്യമുണ്ട്.

മറ്റുള്ളവരുടെ അഭിപ്രായങ്ങൾ തന്റേതിൽ നിന്നും കടകവിരുദ്ധമാണെങ്കിൽ പോലും, അവയെ ശ്രദ്ധയോടെ കേൾക്കുകയും, ബഹുമാനപൂർവ്വം പരിഗണിക്കുകയും ചെയ്യുന്നതിൽ അദ്ദേഹം അഗ്രഗണ്യനാണ്. പക്ഷെ അതിനുമപ്പുറം, മറ്റുള്ളവരുടെ വാദമുഖങ്ങളെ കേൾക്കാനും, അതിനോട് പൊരുത്തപ്പെടാനുമുള്ള അദ്ദേഹത്തിന്റെ മനസ്സാണ്, മറ്റുള്ളവർക്കിടയിൽ മതിപ്പുളവാക്കുന്നത്. അതുകൊണ്ടു തന്നെയാണ്, വാറന്റെ വാക്കുകളെ മറ്റുള്ളവർ ശ്രദ്ധാപൂർവ്വം കേൾക്കുന്നത്. നമുക്ക് പറയാനുള്ളതിനെ കേൾക്കാൻ

പാകത്തിൽ മറ്റേ ആളിനെ തയ്യാറാക്കുന്നതാണ് ഏത് വാഗ്വാദം ജയിക്കാനും വേണ്ട ആദ്യ പടി എന്ന് വാറൻ പറയുന്നു.

ഒരു ഉദാഹരണം നോക്കാം : കടപ്പത്രങ്ങളൊക്കെ വിൽക്കുന്ന ചെറുപ്പക്കാരനായ വാറൻ, GEICO-യുടെ സ്റ്റോക്ക് വിൽക്കാൻ വേണ്ടി ഒരു പണക്കാരനെ കാണാൻ പോയി. എന്നാൽ, ഫിലിപ്പ് മോറിസിൽ നിക്ഷേപിക്കാനാണ് തനിക്ക് താൽപര്യം എന്നാണ് അദ്ദേഹം പറഞ്ഞത്. വാറനാവട്ടെ, അതിനെക്കുറിച്ച് തർക്കിക്കുന്നതിന് പകരം, ഫിലിപ്പ് മോറിസ് വളരെ നല്ല ഒരു കമ്പനിയാണെന്നും, അവിടെ നിക്ഷേപിക്കുന്നത് എന്തുകൊണ്ടും ബുദ്ധിപരമായ ഒരു നീക്കമാണെന്നും സമ്മതിക്കുകയാണുണ്ടായത്. ഉണ്ടാകാനിടയുള്ള ഒരു അഭിപ്രായവ്യത്യാസത്തിന് തുടക്കത്തിലേ തടയിടുകയാണ് അദ്ദേഹം ചെയ്തത്. മാത്രവുമല്ല, ആ വ്യക്തിയുമായി അർത്ഥവത്തായ ഒരു സംഭാഷണം ഉണ്ടാക്കിയെടുക്കാനും, അതുവഴി GEICO-യുടെ ഗുണഗണങ്ങളെപ്പറ്റി ചർച്ച ചെയ്യാനും അദ്ദേഹത്തിന് സാധിച്ചു.

ബെഞ്ചമിൻ ഫ്രാൻങ്ക്ളിന്റെ സ്വാധീനം

വാറന്റെയും അദ്ദേഹത്തിന്റെ കൂട്ടാളിയായ ചാർളി മുങ്കെറിന്റെയും പഠനങ്ങളിൽ വളരെ വലിയ ഒരു പങ്കു വഹിച്ചിട്ടുള്ള ഒന്നാണ് അമേരിക്കയുടെ തലതൊട്ടപ്പനായ ബെഞ്ചമിൻ ഫ്രാൻക്ലിന്റെ ജ്ഞാനം. ബെർക്-ഷെയറിന്റെ ഷെയർഹോൾഡർ മീറ്റിങ്ങുകളിലായാലും ശരി, വാർഷിക റിപ്പോർട്ടുകളിലായാലും ശരി, തങ്ങളുടെ ബിസിനസ്സിലും ജീവിത തത്വങ്ങളിലും ഫ്രാങ്ക്ളിൻ ചെലുത്തിയിട്ടുള്ള സ്വാധീനത്തെപ്പറ്റി അവർ ധാരാളം വർണ്ണിക്കാറുണ്ട്. അതുകൊണ്ടു തന്നെ, വാഗ്വാദങ്ങൾ കഴിവതും ഒഴിവാക്കി, മറ്റുള്ളവരുടെ അഭിപ്രായങ്ങൾക്ക് വിലകൊടുക്കണമെന്ന ഫ്രാൻങ്ക്ളിന്റെ വിദ്യ അതേപടി പകർത്തിയിട്ടുണ്ട് വാറൻ. അദ്ദേഹത്തിന് മേൽ വളരെയധികം സ്വാധീനം ചെലുത്തിയിട്ടുള്ള ഫ്രാങ്ക്ളിന്റെ ആത്മകഥയിലെ ഒരു ഭാഗം ഞങ്ങളിവിടെ ചേർക്കുന്നു.

ഇതാണ് ഫ്രാൻങ്ക്ളിന് പറയാനുള്ളത്:

> മറ്റുള്ളവരുടെ വികാരത്തെ വ്രണപ്പെടുത്തുന്ന തരത്തിലുള്ള നേരിട്ടുള്ള എതിർപ്പുകളിൽ നിന്നും, അവകാശവാദങ്ങളിൽ നിന്നും ഒഴിഞ്ഞു നിൽക്കുക എന്നത് എന്റെ ജീവിതത്തിലെ എഴുതപ്പെടാത്ത ഒരു നിയമമാണ്. ശക്തമായ അഭിപ്രായം

രേഖപ്പെടുത്തുന്ന തരത്തിലുള്ള ഭാഷയുടെ ഉപയോഗം പോലും ഞാൻ എനിക്ക് നിഷേധിച്ചിട്ടുണ്ട് – 'തീർച്ചയായും', 'സംശയമില്ല', മുതലായവ അവയിൽ ചിലതാണ്. അവയ്ക്ക് പകരം, 'ഞാൻ മനസ്സിലാക്കുന്നത്', 'എനിക്ക് തോന്നുന്നത്', 'ഞാൻ ഊഹിക്കുന്നത്', 'ഇപ്പോൾ എനിക്ക് തോന്നുന്നത് എന്താണെന്ന് വെച്ചാൽ' എന്നൊക്കെയുള്ള പ്രയോഗങ്ങൾ ഞാൻ ശീലിച്ചു. എനിക്ക് തെറ്റാണെന്നു തോന്നുന്ന ഒന്നിനെക്കുറിച്ച് മറ്റൊരാൾ ഉറപ്പിച്ചു പറയുകയാണ് എന്നിരിക്കട്ടെ. ഉടനടി അയാളെ തിരുത്തുമ്പോൾ കിട്ടിയേക്കാവുന്ന സന്തോഷം ഞാൻ എനിക്ക് നിഷേധിക്കും. ഇതിലൂടെയെല്ലാം എനിക്ക് മനസ്സിലായത്, ആ പ്രത്യേക സാഹചര്യത്തോട് അവരുടെ അഭിപ്രായം പൊരുത്തപ്പെട്ടുന്നില്ല എങ്കിലും, മറ്റു ചില സാഹചര്യങ്ങളിൽ അവ ചേരുന്നുണ്ടാവും എന്നാണ്. എന്റെ പെരുമാറ്റരീതികളിൽ ഈയൊരു മാറ്റം വളരെയധികം ഗുണം ചെയ്തു. ഞാൻ പങ്കെടുക്കുന്ന സംഭാഷണങ്ങൾ കൂടുതൽ പ്രസന്നമായി. ഞാൻ പങ്കുവയ്ക്കാറുള്ള എളിയ അഭിപ്രായങ്ങൾക്ക് സ്വീകാര്യത കൂടുകയും, അഭിപ്രായ ഭിന്നതകൾ കുറയുകയും ചെയ്തു. എന്റെ ഭാഗത്തൊരു തെറ്റുണ്ടാവുമ്പോൾ അതെന്നെ അധികം അലട്ടാതെയായി. മറ്റുള്ളവരുടെ തെറ്റുകളെ കണ്ടില്ലെന്നു വയ്ക്കുന്നതിനാൽ, എന്റെ ഭാഗത്തു ശരിയുള്ളപ്പോൾ അവർ എന്റെയൊപ്പം നിൽക്കാൻ തുടങ്ങി.

തന്റെ ആശയങ്ങളെ പിന്തുടരാൻ രാജ്യത്തെ ജനങ്ങളെ പ്രചോദിപ്പിച്ചത് ഈയൊരു സമീപനത്തിലൂടെയാണ് എന്ന് ഫ്രാങ്ക്ളിൻ വിശദീകരിച്ചിട്ടുണ്ട്. മറ്റുള്ളവർ നമ്മുടെ വാക്കുകൾ സ്വീകരിക്കണമെങ്കിൽ, വാക്കുതർക്കങ്ങളെ ഒഴിവാക്കണമെന്നും, മറ്റുള്ളവരുടെ അഭിപ്രായങ്ങൾക്ക് മതിപ്പ് കൊടുക്കണമെന്നും വാറന് അറിയാം. അദ്ഭുതപൂർവ്വമായ സമ്പത്തു നേടുവാനും, മികച്ച രാഷ്ട്രങ്ങൾ പടുത്തുയർത്തുവാനും വളരെയധികം സഹായകമായ ഒരു കഴിവാണിത്.

18

മറ്റൊരാളുടെ ആവശ്യങ്ങളിലും ആഗ്രഹങ്ങളിലും ശ്രദ്ധ ചെലുത്തുക

ഒരാളിനെക്കൊണ്ട് എന്തെങ്കിലും ഒരു കാര്യം ചെയ്യിക്കണം എങ്കിൽ, നിങ്ങൾക്ക് എന്താണ് വേണ്ടത് എന്ന് ചിന്തിക്കുന്നത് നിർത്തി, പകരം, അവർക്കെന്താണ് വേണ്ടത് എന്നതിനെക്കുറിച്ച ചിന്തിക്കു.

തന്റെ കീഴിലുള്ള മാനേജർമാരുടെ ആഗ്രഹങ്ങളും ആവശ്യകത കളും എന്തൊക്കെയെന്ന് മനസ്സിലാക്കി, അവയെ അഭിസംബോധന ചെയ്യുക എന്നതാണ് ഒരു നല്ല മാനേജറും ബിസിനസ്സ് ഉടമയും ആയിരിക്കുവാൻ സഹായിക്കുന്ന രഹസ്യം എന്ന് വാറന് അറിയാം.

ഈ വിഷയത്തിൽ വാറനെ സ്വാധീനിച്ചിട്ടുള്ള ഒരു വ്യക്തി, ഇരുപതാം നൂറ്റാണ്ടു കണ്ട ഏറ്റവും മഹാനായ വ്യവസായിയായ ഹെന്റി ഫോർഡാണ്. ഫോർഡ് തന്റെ ആത്മകഥയിൽ ഇങ്ങനെ പറഞ്ഞു, "വിജയത്തിനൊരു മന്ത്രമുണ്ടെങ്കിൽ, മറ്റൊരാളിന്റെ കാഴ്ചപ്പാടിലൂടെയും വീക്ഷണത്തിലൂടെയും കൂടി കാര്യങ്ങളെ മനസ്സി ലാക്കാനുള്ള കഴിവിൽ നിക്ഷിപ്തമാണത്."

വാറൻ തന്റെ കുടുംബത്തിലും ബിസിനസ്സ് ജീവിതത്തിലും ഇഴചേർത്തു വച്ച ഒരാശയമാണത്. കുട്ടികളെക്കൊണ്ട് എന്തെങ്കിലും ഒരു കാര്യം ചെയ്യിക്കണമെങ്കിലോ, അല്ലെങ്കിൽ അവരുടെ ഏതെങ്കിലും പെരുമാറ്റ രീതിയെ ഒന്ന് മാറ്റണമെങ്കിലോ, അവരെ വഴക്കു പറയുന്നതിനോ, കർക്കശമായി പറയുന്നതിനോ പകരം, അദ്ദേഹം അവരുടെ ആവശ്യങ്ങളോട് പ്രതികരിച്ചു. അവർ ശരീരഭാരം കുറയ്ക്കണം എന്നുള്ളതായിരുന്നു അദ്ദേഹത്തിന് വേണ്ടത് എങ്കിൽ, അദ്ദേഹം അതിനൊരു പാരിതോഷികം വാഗ്ദാനം ചെയ്യും. കൗമാര ക്കാർക്ക് ആവശ്യമുള്ളത് പോക്കറ്റ്മണി പോലെ അൽപം പണമാണ് എന്ന് അദ്ദേഹത്തിനറിയാം.

ബെർക്-ഷെയർ ഹാത്-വേയ്ക്ക് വേണ്ടി ഏതെങ്കിലും കുടുംബത്തിനു സ്വന്തമായ ബിസിനസ്സ് വാങ്ങേണ്ടുന്ന സാഹചര്യം വന്നാൽ, വാറൻ എപ്പോഴും ആ ഉടമയുടെ അന്തസ്സിനോടാണ് സംവദിക്കാറ്. കഴിയുന്നത്ര കൂടുതൽ പണത്തിന് കമ്പനി വിൽക്കാനായിരിക്കും അവർക്ക് താൽപര്യം. എങ്കിലും, കമ്പനിയുടെ വിശ്വസ്തരായ ജോലിക്കാരെ നന്നായി നോക്കുമെന്നും, കമ്പനിയെ തുണ്ടം തുണ്ടമായി പിരിച്ചു വിറ്റു നശിപ്പിക്കില്ല എന്നുമുള്ള ആഗ്രഹം അവരുടെയുള്ളിൽ ഉണ്ടാകും എന്ന് വാറന് അറിയാം. ഒരു ഡസനിലധികം സ്വകാര്യ കമ്പനികളാണ് വാറന്റെ ഈ നയത്തിൽ ആകൃഷ്ടരായിട്ടുള്ളത്. മറ്റുള്ള കമ്പനികൾ കൂടുതൽ പണം നൽകാമെന്ന് വാഗ്ദാനം ചെയ്തിട്ട് പോലും അവർ വിൽക്കാൻ തയ്യാറായത് വാറനു തന്നെയാണ്. നെബ്രാസ്ക ഫർണീച്ചർ മാർട്ടിന്റെ ഉടമയായ റോസ് ബ്ലുംകിന്, എൺപത് മില്യൺ ഡോളറാണ് ഒരു ജർമ്മൻ കമ്പനി നൽകാം എന്ന് പറഞ്ഞത്. അവർക്ക് ആ പണം ആവശ്യമായിരുന്നു എങ്കിലും, താൻ കഷ്ടപ്പെട്ട് വളർത്തിയെടുത്ത തന്റെ പ്രിയപ്പെട്ട കമ്പനിയെ പൂർണ്ണമായും വിട്ടുകൊടുക്കാൻ അവർക്ക് മനസ്സുണ്ടായിരുന്നില്ല. അതുകൊണ്ട്, ജർമ്മൻകാർക്ക് വിൽക്കുന്നതിന് പകരം, ആ ബിസിനസ്സിന്റെ 90 ശതമാനവും, നാൽപത് മില്യൺ ഡോളറിന് അവർ വാറനു നൽകി. മിസ്സിസ്സ് ബി-യും പുത്രന്മാരും അത് തുടർന്നും നോക്കിനടത്തിക്കൊള്ളട്ടെ എന്ന് അദ്ദേഹം സമ്മതിച്ചതിനാലാണത്. വാറനാകട്ടെ, ഒന്നാന്തരമൊരു ബിസിനസ്സാണ്, അതിന്റെ മിടുമിടുക്കരായ മാനേജ്മെന്റ് ടീമിനും, മിസ്സിസ് ബി-യ്ക്കും ഒപ്പം ലഭിച്ചത്. അവരുടെ ആവശ്യങ്ങളോട് വാറൻ പ്രതികരിച്ചതുകൊണ്ടു മാത്രമാണത് സാധിച്ചത്.

FlightSafety-യുടെ സ്ഥാപകനും ചെയർമാനുമായ എ.എൽ. യുൾഷി, ആ കമ്പനി മറ്റേതെങ്കിലുമൊരു സ്ഥാപനത്തിന് വിറ്റിരുന്നു എങ്കിൽ ഭീമമായ തുക ലഭിച്ചിരിക്കും എന്നുറപ്പാണ്. പക്ഷെ അദ്ദേഹത്തിന്റെ യഥാർത്ഥ ആവശ്യം മനസ്സിൽ പരിഗണിച്ചുകൊണ്ട് സംസാരിച്ച വാറൻ രണ്ടുകാര്യങ്ങൾ ഉറപ്പു നൽകി – ധാരാളം പണവും, കൂടെ അദ്ദേഹത്തിന് ഏറ്റവും പ്രിയപ്പെട്ട ആ കമ്പനി തുടർന്നും നടത്താനുള്ള സ്വാതന്ത്ര്യവും. ഇതിൽ നിന്നും വാറന് എന്താണ് ലഭിച്ചത്? ഒന്നാന്തരമൊരു ബിസിനസ്സും, അത് നടത്തിക്കൊണ്ടു പോകാൻ ജീനിയസ്സായ ഒരു മനുഷ്യനും – അതും, വളരെ മാന്യമായ ഒരു തുകയ്ക്ക്.

ഇതിനേക്കാൾ നന്നായി ഇത് ചെയ്യാൻ കഴിയുമെന്ന് തോന്നുന്നുണ്ടോ?

19

ഉചിതമായ ആശയം ചിന്തിക്കുവാൻ മറ്റുള്ളവരെ പ്രോത്സാഹിപ്പിക്കുക

മറ്റുള്ളവരെ പ്രോത്സാഹിപ്പിക്കാനുള്ള ഏറ്റവും നല്ല മാർഗ്ഗം, ഉചിതമായ ഒരു ആശയത്തെ നൽകുന്നതല്ല; മറിച്ച്, ഉചിതമായ ഒരാശയം കൊണ്ടുവരാൻ ഉതകുന്ന വിധം മറ്റുള്ളവരെ സ്വാധീനിക്കുന്നതാണ്.

ആളുകളെ ജോലിയ്ക്കെടുത്ത ശേഷം അവരോട് എന്ത് ചെയ്യണം എന്ന് പറയാറില്ല എന്നതായിരുന്നു വാറന്റെ സവിശേഷത. പകരം, സ്വയം ലക്ഷ്യങ്ങളും ആദർശങ്ങളും നിർണ്ണയിക്കാൻ അദ്ദേഹം അവരോടു പറയും. തീർച്ചയായും അവർ ഒരു പടി മുകളിലായിരിക്കും ചിന്തിച്ചുറപ്പിക്കുക. അവരിൽ നിന്നും എന്താണ് പ്രതീക്ഷിക്കുന്നതെന്ന് വാറൻ ഒരിക്കലും പറയാറില്ല എങ്കിലും, അദ്ദേഹം അവരിൽ വലിയ പ്രതീക്ഷ വച്ചു പുലർത്തുന്നതായി തങ്ങൾക്കറിയാമെന്നാണ് വാറന്റെ മാനേജർമാർ പറയാറുള്ളത്. അദ്ദേഹത്തിന്റെ മൗനം പോലും അവരെ സ്വാധീനിക്കുന്നുവെന്നും, അവരിലുള്ള പ്രതീക്ഷയെക്കുറിച്ച് അവരെ ഓർമ്മിപ്പിക്കുന്നുവെന്നും, അവരെ മികച്ച പ്രകടനം കാഴ്ച വയ്ക്കാൻ സഹായിക്കുന്നുവെന്നും ഇതിൽനിന്നു തന്നെ വ്യക്തമാകുന്നു.

ഒരാളോട് ഇന്നത് ചെയ്യൂ എന്ന് പറയുമ്പോൾ അതൊരു ഉത്തരവു പോലെയാകുന്നു. അതിനോട് ആർക്കും അത്ര പ്രിയമുണ്ടാകില്ല. നമ്മളോട് ഉത്തരവിടുന്നവർ ആരായാലും അവരെ

ചെറുത്തുനിൽക്കാനുള്ള ഒരു പ്രവണത നമുക്കെല്ലാം ഉണ്ടാകും. അതേസമയം, അത് 'നമ്മുടെ സ്വന്തം ആശയമാണെ'ന്നിരിക്കട്ടെ; അതിനോട് അങ്ങേയറ്റം കൂറും, ഉത്തരവാദിത്തവും, ദൃഢവിശ്വാസവും നമ്മൾ വച്ചുപുലർത്തുമെന്നു തീർച്ച.

കാർനെഗി ഇടയ്ക്കിടെ പറയാറുള്ള ഒരു മോട്ടിവേഷണൽ കഥ നല്ലൊരു ഉദാഹരണമാണ്. ഒരിക്കൽ ഒരു ആട്ടോ ഡീലർഷിപ്പ് സെയിൽസ് മാനേജർക്ക് തന്റെ കീഴിലുള്ള സെയിൽസ് ടീമിന്റെ നിരന്തരമായ മോശം പ്രകടനത്തിൽ വല്ലാത്ത നിരാശ തോന്നി. അദ്ദേഹം അവരെയെല്ലാവരെയും വിളിച്ചുകൂട്ടിയ ശേഷം, ഒരു മാനേജറിൽ നിന്നും അവർ എന്തൊക്കെ പ്രതീക്ഷിക്കുന്നു എന്നു ചോദിച്ചു. ഉത്തരങ്ങളെല്ലാം വരുന്ന മുറയ്ക്ക് അദ്ദേഹം ഒരു ബോർഡിൽ എഴുതിയിട്ടു. അതിനുശേഷം, ഒരു മാനേജർ എന്ന നിലയ്ക്ക് അദ്ദേഹം അവരിൽ നിന്നും എന്തൊക്കെയാവും പ്രതീക്ഷിക്കുക എന്നു ചോദിച്ചു. അവരതിന് മറുപടി പറഞ്ഞത് ഇവയൊക്കെയായിരുന്നു – സത്യസന്ധമായ പെരുമാറ്റം, കഠിനാദ്ധ്വാനം, ഒത്തൊരുമ, മുൻകൈ എടുക്കുന്ന പ്രകൃതം, ശുഭാപ്തി വിശ്വാസം. അവിടെ അവരിൽ നിന്നും എന്ത് പ്രതീക്ഷിക്കണം എന്നുള്ളത് അവർ തന്നെ നിർണ്ണയിച്ചു. അവർ അതിനനുസരിച്ച് ഉയർന്നോ? ഉയർന്നു എന്നു മാത്രമല്ല, അതിനും വളരെ മുകളിലേയ്ക്ക് കുതിക്കുകയും, പതിന്മടങ്ങു സെയിൽസ് നടത്തുകയും ചെയ്തു.

നമ്മുടെയൊക്കെ നിത്യജീവിതത്തിൽ പകർത്താൻ കഴിയുന്ന വളരെ ലളിതമായ ഒരു ആശയമാണത്.

കുറച്ചു ഉദാഹരണങ്ങൾ നോക്കാം:

ഒരാളോട് എന്തെങ്കിലും ഒന്ന് ഉത്തരവിട്ടു പറയുന്നതിന് മുൻപ്, അത് ചെയ്താലുണ്ടാവുന്ന ദൂഷ്യഫലങ്ങൾ സ്പഷ്ടമാക്കി കൊടുത്തു നോക്കൂ. "കുളത്തിൽ നീന്തരുത്" എന്നുള്ളതിന് പകരം, "ഈ കുളത്തിൽ കുട്ടികളെ തിന്നുന്ന ഒരു മുതലയുണ്ട്" എന്ന് പറഞ്ഞാൽ മതിയാവും. കുട്ടിയുടെ ചിന്തയിൽ അവനെ തിന്നാനായി കാത്തിരിക്കുന്ന ഒരു മുതലയുടെ ചിത്രം തെളിഞ്ഞു വരുകയും, നീന്തണം എന്ന ചിന്ത തന്നെ ഇല്ലാതാവുകയും ചെയ്യും.

ഒരാളോട് എന്തെങ്കിലും ഒന്ന് ഉത്തരവിട്ടു പറയുന്നതിന് മുൻപ്, അത് ചെയ്താലുണ്ടാവുന്ന ഗുണങ്ങൾ സ്പഷ്ടമാക്കി കൊടുത്തു നോക്കൂ. "സെയിൽസ് പ്രൊഡക്ഷൻ എങ്ങനെയെങ്കിലും കൂട്ടിയേ പറ്റൂ" എന്നതിന് പകരം, "സെയിൽസ് പ്രൊഡക്ഷൻ കൂടിയാൽ എനിക്ക് സന്തോഷമാവും, മാത്രവുമല്ല, ഈ ക്രിസ്തുമസിന് നിങ്ങൾക്ക്

നല്ലൊരു തുക ബോണസ്സായി നൽകുവാനും എനിക്ക് സാധിക്കും", എന്ന് പറഞ്ഞു നോക്കൂ. സെയിൽസിൽ വർദ്ധനവുണ്ടായാൽ മാനേജർക്ക് സന്തോഷമാകും എന്നും, കനത്ത ക്രിസ്തുമസ് ബോണസ് ലഭിക്കും എന്നും ജീവനക്കാർ മനസ്സിലാക്കും.

കുട്ടികളെ എങ്ങനെ നന്നായി കൈകാര്യം ചെയ്യാം എന്നാണ് നിങ്ങൾ ആലോചിക്കുന്നത് എങ്കിൽ, ഈ രീതി തന്നെ പിന്തുടർന്നു നോക്കൂ. അധ്യയന വർഷം തുടങ്ങുന്നതിനു മുൻപായി കുട്ടികൾക്കൊപ്പമിരുന്ന് നിങ്ങളിൽ നിന്നും അവർ എന്തൊക്കെയാണ് പ്രതീക്ഷിക്കുന്നത് എന്ന് ചോദിച്ച മനസ്സിലാക്കാം. അവയെ കുറിച്ച വയ്ക്കുകയും, അതിനെക്കുറിച്ച ചർച്ച ചെയ്യുകയും വേണം. അത് പൂർത്തിയാക്കി, അവരുടെ പ്രതീക്ഷകളോട് നമുക്ക് പൊരുത്തപ്പെടാനാകും എന്ന് തോന്നുമ്പോൾ, അവർ പറയുന്നത് അംഗീകരിക്കണം. ശേഷം, അവരിൽ നിന്നും നിങ്ങൾക്ക് എന്തൊക്കെ പ്രതീക്ഷിക്കാം എന്നവരോടൊന്നു ചോദിച്ചനോക്കൂ. അവർ ആവശ്യങ്ങൾ ഉന്നയിക്കുന്നത് കണ്ടാൽ നിങ്ങൾ തന്നെ സ്തബ്ധരായിപ്പോകും.

ആജ്ഞകൾ പുറപ്പെടുവിക്കുന്നതിനു പകരം ചോദ്യങ്ങൾ ചോദിക്കൂ

നേരിട്ട് ആജ്ഞകൾ നൽകാറില്ല എന്നുള്ളതാണ് മാനേജർമാർക്കിടയിൽ വാറനുള്ള പ്രസിദ്ധിയെന്ന് നമ്മൾ പറഞ്ഞിരുന്നല്ലോ. അതുപോലെതന്നെ, ചോദ്യശരങ്ങൾ തൊടുക്കുന്നതിലും അദ്ദേഹത്തിന് കീർത്തിയുണ്ടായിരുന്നു.

എന്തു ചെയ്യണം എന്ന് പറഞ്ഞു ചെയ്യിക്കുന്നതോ, ആജ്ഞാപിക്കുന്നതോ ഒന്നും പൊതുവെ ആർക്കും ഇഷ്ടമാവാറില്ല എന്ന് വാറൻ മനസ്സിലാക്കിയിട്ടുണ്ട്. അധികാരപ്രകടനം നടത്തുന്ന മാനേജർമാരെ ആർക്കും ഇഷ്ടമായിരിക്കില്ല. അതുകൊണ്ടു തന്നെ, തന്റെ കീഴിലെ ജീവനക്കാരെ പ്രചോദിപ്പിച്ച് അവരുടെ മികച്ച പ്രകടനം കാഴ്ച വയ്പ്പിക്കാൻ അത്തരക്കാർക്ക് കഴിയില്ല. അത്തരം അധികാര മനോഭാവം പട്ടാളത്തിന് യോജിച്ചതാവാം. പക്ഷെ സാധാരണക്കാർക്കിടയിൽ അത് തിക്തമായ ഒരനുഭവമായി മാറുന്നതിനാൽ, അവരുടെ കഴിവിനെ അത് സാരമായി ബാധിച്ചേക്കും.

നല്ല മാനേജർമാർ, ഒരു നിർദ്ദേശം നൽകുന്നതു പോലെ പരോക്ഷമായേ തങ്ങളുടെ അഭിപ്രായങ്ങൾ പങ്കുവയ്ക്കുകയുള്ളൂ. അതിന് ലളിതമായ ഒരു മാർഗ്ഗം ചോദ്യങ്ങൾ ചോദിക്കുക

എന്നതാണ്. അത്തരത്തിൽ ചോദ്യങ്ങൾ ചോദിക്കുക വഴി, നമ്മുടെ നിർദ്ദേശങ്ങളെ കൂടുതൽ സഹൃദയത്വത്തോടെ അവതരിപ്പിക്കാൻ നമുക്ക് സാധിക്കും. അതിന്റെ തുടർച്ചയെന്നോണം, ജീവനക്കാർ തന്നെ ആ പ്രശ്നം പരിഹരിക്കാനുള്ള ആശയങ്ങളുമായി മുന്നോട്ടു വരും. നമ്മുടെ ചുറ്റും നിന്ന് ആരൊക്കെയോ ആജ്ഞകൾ പുറപ്പെടുവിക്കുമ്പോൾ ഉള്ളതിനേക്കാൾ നന്നായി നമ്മുടെ സ്വന്തം ആശയങ്ങൾ പ്രാവർത്തികമാക്കാൻ നമ്മൾ ശ്രമിക്കുമെന്നു തീർച്ചയാണ്. ആളുകൾ സ്വയം പ്രശ്നപരിഹാരങ്ങൾ കണ്ടെത്താൻ അനുവദിക്കുക എന്നതാണ് എന്തുകൊണ്ടും നല്ലത്. അത് സാധ്യമല്ലാത്ത ഘട്ടങ്ങളിൽ, നമ്മുടെ നിർദ്ദേശത്തെ ഒരു ചെറിയ ചോദ്യത്തിന്റെ രൂപത്തിലാക്കി അവർക്ക് നൽകിയ ശേഷം, ശരിയായ ദിശയിൽ അവരെ നടക്കാൻ സഹായിക്കാവുന്നതാണ്.

നേരിട്ടുള്ള ആജ്ഞ എങ്ങനെ അവഹേളിക്കാമെന്നും, അതേ സമയം ആ നിർദ്ദേശത്തെ ഒരു ചോദ്യമാക്കി മാറ്റുമ്പോൾ അതെങ്ങനെ മുൻകൈ എടുക്കാൻ അവരെ പ്രേരിപ്പിക്കും എന്നുള്ളതിന് ചില ഉദാഹരണങ്ങൾ നോക്കാം :

ആജ്ഞ : "തിങ്കളാഴ്ചയ്ക്കകം ഈ ജോലി തീർത്തിരിക്കണം".

നിർദ്ദേശം : "ഈ ജോലി തിങ്കളാഴ്ചയ്ക്കകം തീർക്കാൻ കഴിഞ്ഞാൽ നന്നായിരുന്നു. അതിന് എന്തെങ്കിലും ചെയ്യാൻ കഴിയുമോ?"

ആജ്ഞ : "നീ എന്തൊരു സ്പീഡിലാണ് പോകുന്നത്, വേഗം കുറയ്ക്ക്."

നിർദ്ദേശം : "റോഡിനൊരു വഴുക്കലുണ്ടെന്നു തോന്നുന്നു. കുറച്ചും കൂടി സ്പീഡ് കുറച്ചാൽ ചിലപ്പോൾ സുരക്ഷിതമായിരിക്കും എന്ന് തോന്നുന്നുണ്ടോ?"

ആജ്ഞ : "ഇത് ഇങ്ങനെയല്ല ചെയ്യേണ്ടത്."

നിർദ്ദേശം : "ഇത് ചെയ്യാൻ കുറച്ചു കൂടി നല്ല വഴിയെന്തെങ്കിലുമുണ്ടോ?"

ആജ്ഞ : "നമ്മൾ മൃഗശാലയിൽ പോകുമ്പോൾ നീ എന്റെ അടുത്തു തന്നെ നിൽക്കണം."

നിർദ്ദേശം : "നമ്മൾ മൃഗശാലയിൽ പോകുമ്പോൾ, നീ എന്റെ അടുത്തു തന്നെ നിൽക്കുന്നത് നന്നായിരിക്കുമല്ലേ?"

വാറൻ ആജ്ഞകൾ നൽകാറേയില്ല. പക്ഷെ മാനേജർമാരോട് തുടരെത്തുടരെ ചോദ്യങ്ങൾ ചോദിക്കുന്നത് വാറന്റെ സവിശേഷതയാണ്. ഇപ്പോൾ അതിന്റെ കാരണം മനസ്സിലായില്ലേ?

20

എല്ലാവരും തെറ്റുകൾ ചെയ്യാറുണ്ട് – അത് അംഗീകരിക്കുള!

തെറ്റ് നമ്മുടെ ഭാഗത്താണെങ്കിൽ, എത്രയും വേഗം, മനസ്സിൽ പതിയത്തക്കവണ്ണം അതിനെ നമ്മൾ അംഗീകരിക്കണം.

നമ്മൾ ചെയ്യുന്ന ഒന്ന് തെറ്റാണ് എന്ന് തോന്നിയാൽ അപ്പോൾ തന്നെ അത് തുറന്നു പറയാൻ മടിക്കരുത് എന്ന് വാറൻ വിശ്വസിക്കുന്നു. ആ തെറ്റിനെ തെളിച്ചമുള്ള മനസ്സോടെ അംഗീകരിക്കാൻ കഴിയണം. മറിച്ചാണെങ്കിൽ, നമ്മളെന്തോ മറയ്ക്കാൻ ശ്രമിക്കുന്നത് പോലെയാകും മറ്റുള്ളവർക്ക് തോന്നുക. അല്ലെങ്കിൽ, തെറ്റ് സമ്മതിക്കാനുള്ള സ്വഭാവദാർഢ്യവും ധൈര്യവും ഇല്ലാത്ത ഒരാളാണ് നമ്മൾ എന്ന തോന്നലുളവാക്കാം. ഇത്തരത്തിലുള്ള പെരുമാറ്റങ്ങൾ ആളുകൾക്കിടയിൽ നമ്മളെക്കുറിച്ച് തെറ്റിദ്ധാരണ ഉളവാക്കും. എപ്പോഴും ഞാനാണ് ശരി എന്ന് ചിന്തിക്കുന്നവരെയും, തെറ്റ് ചെയ്താൽ അത് സമ്മതിക്കാൻ കഴിയാത്തവരെയും ആർക്കും അത്ര പഥ്യമുണ്ടാകില്ല. സ്വന്തം തെറ്റ് സമ്മതിക്കാൻ തയ്യാറല്ലാത്തവർ എന്തായിരിക്കും മറയ്ക്കാൻ ശ്രമിക്കുന്നത്? ചിലപ്പോൾ അക്കൗണ്ടിംഗ് ബുക്ക്സ് ആയിരിക്കുമോ?

മാത്രവുമല്ല, തനിക്ക് പറ്റിയ തെറ്റിനെ അംഗീകരിക്കാൻ മടിക്കുന്ന മാനേജർമാർ, ജീവനക്കാർക്കിടയിൽ അസുഖകരമായ ഒരു അവിശ്വാസം സൃഷ്ടിക്കുന്നു. മറ്റുള്ളവർക്ക് അവരുടെ മേൽ ബഹുമാനക്കുറവ് ഉണ്ടാകുകയും, അനുസരിക്കാൻ മടി തോന്നുകയും, മാനേജ്മെന്റിന്റെ നിർദ്ദേശങ്ങളോടെല്ലാം വിശ്വാസക്കുറവുണ്ടാകുകയും ചെയ്യുന്നു.

തന്റെ ഭാഗത്തു നിന്നുണ്ടാകുന്ന ഏത് വീഴ്ചയും അപരാധവും തുറന്നു പറയാൻ വാറന് യാതൊരു മടിയുമില്ല. തന്റെ മാനേജർമാരിൽ ആരെങ്കിലും അത്തരം തെറ്റുകൾ ചൂണ്ടിക്കാണിച്ചാലോ, ഷെയർ ഹോൾഡർമാരോട് താൻ ചെയ്ത തെറ്റ് തുറന്നു പറയുന്നതിലോ അദ്ദേഹത്തിന് ഒരു മടിയുമില്ല. ഇതുകൊണ്ടു തന്നെ എല്ലാവർക്കും അദ്ദേഹത്തെ വലിയ ഇഷ്ടമാണ്. ബെർക്-ഷെയറിനു വൻ സാമ്പത്തിക നഷ്ടം ഉണ്ടാക്കിക്കൊണ്ട് രണ്ട് ഐറിഷ് ബാങ്കുകളിൽ അദ്ദേഹം നടത്തിയ നിക്ഷേപങ്ങൾ തെറ്റായ നീക്കങ്ങളായിരുന്നു എന്ന് അദ്ദേഹം സമ്മതിച്ചിരുന്നു. ConcoPhillips എന്ന എണ്ണക്കമ്പനിയിൽ അദ്ദേഹം നിക്ഷേപം നടത്തിയത്, എണ്ണവില ബാരലിന് 140 ഡോളർ ആയിരുന്നപ്പോഴായിരുന്നു. ഇതുമൂലം ബെർക്-ഷെയറിനു നഷ്ടമായത് 2 ബില്യൺ ഡോളറായിരുന്നു. പക്ഷെ കമ്പനിയുടെ ഷെയർഹോൾഡർമാരോട് അത് ഏറ്റുപറയാൻ അദ്ദേഹം ഒട്ടും അമാന്തിച്ചില്ല. കുറ്റം മറ്റൊരാളുടെ മേൽ ചാർത്താനോ, മറ്റുള്ളവരും ഇതുപോലെ തെറ്റുകൾ ചെയ്തിട്ടുണ്ടെന്നു സമർത്ഥിക്കാനോ മുതിരാതെ, തന്റെ കണക്കുകൂട്ടലിൽ വന്ന പിഴവാണെന്നും, തന്റെ മാത്രം തെറ്റാണെന്നും അദ്ദേഹം പറഞ്ഞു.

ഈയൊരു പ്രകൃതം കൊണ്ട് തന്നെ മറ്റുള്ളവരുടെ വിശ്വാസം അദ്ദേഹം എളുപ്പത്തിൽ പിടിച്ചുപറ്റുന്നു. മാത്രവുമല്ല, ആദികാലം മുതൽക്ക തന്നെ പല മഹാരഥന്മാരെയും കടപുഴക്കിയെറിയാനിടയാക്കിയ കരുനീക്കങ്ങൾക്കൊന്നും പാത്രമാകാതെ അദ്ദേഹം മുന്നോട്ടു നീങ്ങുന്നു.

അഞ്ചാം ഘട്ടം

ഭരണനിർവ്വഹണത്തിലെ ചതിക്കുഴികളും, വെല്ലുവിളികളും, ജ്ഞാനസമ്പാദനത്തിനുള്ള മാർഗ്ഗങ്ങളും

ഈ പുസ്തകത്തിന്റെ അവസാനത്തെ അധ്യായങ്ങളിൽ വാറന്റെ പ്രധാനപ്പെട്ട ചില തത്വങ്ങളെ ഞങ്ങൾ ഉൾപ്പെടുത്തിയിട്ടുണ്ട്. ആവശ്യത്തിലധികം പണം കടം വാങ്ങുന്നത്, ജീവനക്കാർ നിയമം ലംഘിക്കുന്നത്, വഴിമാറിപ്പോകുന്ന നല്ല ആശയങ്ങൾ, തെറ്റുകൾ ചെയ്യുന്നത്, മുഖസ്തുതിക്കാരെ കൈകാര്യം ചെയ്യുന്നത്, അവസരങ്ങൾ നഷ്ടപ്പെടുത്തുന്നത്, ദീർഘദൃഷ്ടിയോടെ പ്രവർത്തിക്കുന്നത്, ജീവിതത്തെ നേരിടാനുള്ള നുറുങ്ങുവിദ്യകൾ – തുടങ്ങിയവയെല്ലാം അതിൽ പ്രതിപാദിക്കപ്പെടുന്നുണ്ട്. അവയെല്ലാം തന്നെ വളരെ കഷ്ടപ്പെട്ട് ഉയർന്നുവന്ന സ്വന്തം

ജീവിതത്തിൽ നിന്നും അദ്ദേഹം പഠിച്ചതാണ്. ശ്രദ്ധാപൂർവ്വം അവയെ ഉൾക്കൊള്ളാൻ ശ്രമിക്കു. നമ്മൾ കടന്നുപോകുന്ന ഭരണനിർവ്വഹണ സംബന്ധമായ പ്രശ്നങ്ങളിൽ നിന്നും കരകയറാൻ മാത്രമല്ല, അത്തരം പ്രശ്നങ്ങളിൽ ചെന്നു പെടാതെയിരിക്കാനും അവ നമ്മെ സഹായിക്കും.

21

കടം പറ്റലിൽ ഒളിഞ്ഞിരിക്കുന്ന അപകടങ്ങൾ

"ബിസിനസ്സിന്റെ പാതകൾ നിറയെ വലിയ കുഴികളാണ്.
അവയെ വെട്ടിച്ച് പോകാൻ ശ്രമിക്കുന്നത്,
ദുരന്തത്തിന് കളമൊരുക്കിയേക്കും."

–വാറൻ ബഫറ്റ്

ധാരാളം പണം കടം വാങ്ങി ബിസിനസ്സ് നടത്തേണ്ടി വരുന്ന മാനേജർമാർ, മുന്നോട്ടുള്ള പ്രയാണത്തിൽ തങ്ങൾക്ക് വലിയ വൈതരണികളൊന്നും നേരിടേണ്ടി വരില്ല എന്നൊരു ഊഹം വച്ചുകൊണ്ടാണ് കാര്യങ്ങൾ നീക്കുന്നത്. അവരുടെ ബിസിനസ്സ് പദ്ധതികൾ പ്രകാരം പ്രശ്നങ്ങൾക്ക് പിടികൊടുക്കാതെ മുന്നോട്ടു പോകുന്നതാണ് അഭികാമ്യം എന്നാണ്. പക്ഷെ ഏറ്റവും നന്നായി നടന്നുപോകുന്ന ബിസിനസ്സുകൾക്ക് പോലും പ്രശ്നങ്ങളെ കണ്ടില്ലെന്നു വച്ച് ഒരുപാട് ദൂരം മുന്നോട്ടു പോകാനാവില്ല. അവ അധികരിക്കുന്നത് കൊണ്ടാണ്, ഓരോ ഇരുപതു വർഷം കൂടുമ്പോഴും നമുക്ക് ബാങ്കിങ് മേഖലയിൽ പ്രതിസന്ധികൾ ഉണ്ടാകുന്നത്. ലീവറേജിന്റെ രാജാക്കന്മാരാണ് ബാങ്കുകൾ. അവർ വായ്പ കൊടുത്തിരിക്കുന്ന പണം മുഴുവനും അവർക്ക് വായ്പയായി എടുക്കേണ്ടതുണ്ട്. അതിൽത്തന്നെ മുക്കാൽ പങ്കും ദീർഘകാലാടിസ്ഥാനത്തിൽ വായ്പ നൽകിയിരിക്കുന്നതും, ഹ്രസ്വകാലാടിസ്ഥാനത്തിൽ വായ്പ വാങ്ങിയിരിക്കുന്നവയുമാണ്. ഇങ്ങനെ ഹ്രസ്വകാലാടിസ്ഥാനത്തിൽ ബാങ്കിന് വായ്പ നല്കിയിരി

ക്കുന്നവർ അത് തിരിച്ച് ചോദിക്കുമ്പോൾ ബാങ്കിന് അത് നൽകാൻ കഴിയാതെ വരുമ്പോഴാണ് കാര്യങ്ങൾ കുഴപ്പത്തിലാകാൻ തുടങ്ങുന്നത്.

സാമ്പത്തിക മാറ്റങ്ങൾ ധാരാളം അവസരങ്ങൾ നൽകുന്നവയാണ്. അതിനെ മുതലെടുക്കാൻ തക്ക പണം നമ്മുടെ കൈയിൽ ഉണ്ടായിരിക്കണമെന്ന് മാത്രം. അതുപോലെതന്നെ, അവയെ മറികടക്കാൻ വേണ്ടി നമ്മൾ ഒരുപാട് കടമെടുത്തിട്ടുണ്ടെങ്കിൽ, അതൊരു വൻ ദുരന്തത്തിലേക്ക് പോലും നയിച്ചേക്കാം. ജീവിതം മുഴുവനും സാമ്പത്തിക മാറ്റങ്ങൾ നടന്നുകൊണ്ടേയിരിക്കും – എന്നും അങ്ങനെതന്നെയായിരുന്നു; ഇനിയും അങ്ങനെതന്നെയായിരിക്കും.

"നമ്മളെ വല്ലാതെ മോഹിപ്പിക്കുകയും,
എപ്പോഴും പ്രശ്നങ്ങളിൽ കൊണ്ടു ചാടിക്കുകയും
ചെയ്യുന്ന ഒന്നാണ് ലീവറേജ്."

—വാറൻ ബഫറ്റ്

നേരാംവണ്ണം ഉപയോഗിക്കാനറിയുന്ന മാനേജർമാരുടെ കൈയിൽ പ്പെട്ടാൽ ഏതു ബിസിനസ്സിനും അത്ഭുതപൂർവ്വമായ വളർച്ചയുണ്ടാക്കും എന്നുള്ളതാണ് ലീവറേജിന്റെ മോഹവലയം. ഉദാഹരണത്തിന്, നിങ്ങൾ മാനേജ് ചെയ്യുന്ന ബിസിനസ്സ് ഒരു സാധാരണ വർഷത്തിൽ, കടമൊന്നുമില്ലാതെ തന്നെ 6 മില്യൺ ഡോളർ ലാഭം നേടുന്നു എന്ന് കരുതുക. 100 മില്യൺ ഡോളറിന്റെ ഒരു ബിസിനസ്സ് അവസരം നിങ്ങളെ തേടി വരുന്നു. അതിലാണെങ്കിൽ വർഷം 15 മില്യൺ ഡോളർ സമ്പാദിക്കാനാകും. അതൊരു നല്ല ആശയമാണെന്ന് നിങ്ങൾക്ക് തോന്നുന്നുണ്ടാകും, അല്ലേ? എന്നാൽ ഈ ഇടപാട് നടത്താൻ വേണ്ട 100 മില്യൺ ഡോളർ നിങ്ങളുടെ കൈവശം ഇല്ല എന്നുള്ളതാണ് ഇവിടുത്തെ പ്രധാന സംഭവം. ഓരോ വർഷവും 10 മില്യൺ ഡോളർ പലിശയായി അടച്ചാൽ ഈ 100 മില്യൺ ഡോളർ വായ്പയായി തരാൻ നിങ്ങളുടെ വിശ്വസ്തനായ വാൾ സ്ട്രീറ്റ് ബാങ്ക് തയ്യാറാണ്. അങ്ങനെ നോക്കിയാൽ, ഈ പുതിയ ബിസിനസ്സിൽ നിങ്ങളുടെ നെറ്റ് പ്രോഫിറ്റായ 15 മില്യൺ ഡോളറിൽ, ആ 10 മില്യൺ ഡോളർ കഴിച്ച് ബാക്കി നിങ്ങൾക്ക് ലഭിക്കുന്ന ലാഭം 5 മില്യൺ ഡോളറാണ്. അതേസമയം, 6 മില്യൺ ഡോളർ പഴയ ബിസിനസ്സിൽ തന്നെ ചേർത്താൽ, നിങ്ങളുടെ വരുമാനം 11 മില്യൺ ആകും. ഇത്തരത്തിൽ ചെയ്താൽ, നിങ്ങളുടെ സമ്പാദ്യം ഇരട്ടിയാക്കാൻ

സാധിക്കും. ആ വർഷാന്ത്യത്തിൽ ആർക്കായിരിക്കും കനത്ത ബോണസ്സ് ലഭിക്കുക? കമ്പനിയിലെ മൂല്യം കാത്തുസൂക്ഷിച്ചതിന് നിങ്ങൾക്കായിരിക്കും അത് കിട്ടുക.

വാൾ സ്ട്രീറ്റിലെ ഇൻവെസ്റ്റ്മെന്റ് ബാങ്കുകൾ ലീവ്റേജ് വച്ച് കൈവിട്ട കളിയായിരുന്നു കളിച്ചത്. 5 ശതമാനം പലിശയ്ക്ക് 100 ബില്യൺ ഹ്രസ്വകാലത്തേയ്ക്ക് വായ്പയായി എടുക്കുക. എന്നിട്ടത് 7 ശതമാനം പലിശയ്ക്ക് ദീർഘകാല വായ്പയായി നൽകുക. ഇതായിരുന്നു അവർ ചെയ്തത്. വളരെപ്പെട്ടെന്നു തന്നെ സ്ഥാപനം വർഷം 2 ബില്യൺ ഡോളർ ലാഭമായി സമ്പാദിക്കുന്ന ഒന്നായി മാറുകയും, അവിടത്തെ 50 മില്യൺ ശമ്പളത്തെപ്പറ്റി ഫിനാൻഷ്യൽ പ്രസ്സിൽ വാർത്ത വരുകയും ചെയ്യുന്നു.

ഇപ്പോൾ നിങ്ങൾക്ക് മനസ്സിലായിക്കാണുമല്ലോ എന്തുകൊണ്ടാണ് മാനേജർമാർ തങ്ങളുടെ കമ്പനികളെക്കൊണ്ട് നിർബന്ധിച്ച് അവരെക്കൊണ്ട് ലാഭകരമായി ഉപയോഗിക്കാൻ പറ്റുന്ന പരമാവധി പണം ലീവ്റേജ് ആയി എടുപ്പിക്കുന്നത് എന്ന്.

എന്തായാലും അതിലൊരു ഗൂഢലാഭമുണ്ട്; അത് അൽപം വലുതാണു താനും. ഒരു സാമ്പത്തിക മാന്ദ്യത ഉണ്ടായി, കമ്പനിയുടെ വരുമാനത്തിൽ വൻ ഇടിവുണ്ടായി, കടം വീട്ടാൻ പോലുമുള്ള ആദായം ഇല്ലാത്ത ഒരവസ്ഥ വന്നാൽ എന്തു പറ്റും? അങ്ങനെയുള്ളപ്പോൾ, ഒന്നുകിൽ നമ്മൾ കമ്പനിയുടെ മൊത്തം ആസ്തിയും ഉപയോഗിച്ച് കമ്പനിയുടെ ഇക്കണോമി മെച്ചപ്പെടുത്തിയെടുക്കാനും ബിസിനസ്സ് മെച്ചപ്പെടുത്താനും നോക്കും. അല്ലെങ്കിൽ, കമ്പനിയെ പാപ്പരായി അംഗീകരിക്കാൻ നിങ്ങൾ നിർബന്ധിതരാകും. പൊതുവെ കമ്പനികൾ പാപ്പരത്വത്തെക്കുറിച്ച് ആലോചിച്ചു തുടങ്ങുമ്പോൾ, ആദ്യം പറഞ്ഞു വിടുന്നത് അവിടത്തെ പഴയ മാനേജ്മെന്റിനെ ആയിരിക്കും.

എന്തായാലും, കമ്പനി ആ 100 മില്യൺ ഡോളറിന്റെ വായ്പ എടുത്തില്ല എന്നിരിക്കട്ടെ. സാമ്പത്തിക മാന്ദ്യം വരുമ്പോൾ ഡിമാൻഡിന്റെ ഇപ്പോഴത്തെ ഏറ്റവും താഴ്ന്ന നിലയ്ക്ക് അനുസൃതമായി ഉത്പാദനം കുറയ്ക്കേണ്ടി വരും എന്നത് മാത്രമേ കമ്പനി ചെയ്യേണ്ടതുള്ളൂ. അങ്ങനെ വരുമ്പോൾ അവർ വീണ്ടും പണമുണ്ടാക്കാൻ തുടങ്ങും. ശരിയാണ്, ഇതിനിടയിൽ ചിലർക്ക് ജോലി നഷ്ടപ്പെട്ടിട്ടുണ്ടാകും; പക്ഷെ, കമ്പനിയുടെ നിലനിൽപ്പ് ഒരു ചോദ്യചിഹ്നമാവില്ല.

1950-കളിലും, '60-കളിലും ഒരു കമ്പനിയെ മനസ്സിലാക്കാൻ

ശ്രമിക്കുമ്പോൾ, അവർ എങ്ങനെയായിരിക്കും ഗ്രേറ്റ് ഡിപ്രഷനെ ചേർത്തിട്ടുണ്ടാവുക എന്ന് ശ്രദ്ധിക്കാൻ വാറൻ വിട്ടുപോകാറില്ല. അവർ എങ്ങനെയാണ് രക്ഷപ്പെട്ടത്? അതോ അവർ തളർന്നു വീണോ? ഇതൊക്കെ ആ കമ്പനിയുടെ ചരിത്രപരമായ പ്രകൃതത്തെക്കുറിച്ചും, വായ്പയെ ഉപയോഗപ്പെടുത്തേണ്ടതിന്റെ ആവശ്യകതയെക്കുറിച്ചും മനസ്സിലാക്കാൻ വളരെയധികം സഹായിക്കും. എങ്കിലും ഒരു കമ്പനിയുടെ ദീർഘകാല ചരിത്രം വാറൻ പരിശോധിക്കാറുണ്ട്. തനിക്ക് നിക്ഷേപങ്ങളുള്ള കൊക്ക-കോള, വെൽസ് ഫാർഗോ മുതലായ കമ്പനികൾക്ക് ഒരു നൂറു വർഷ പാരമ്പര്യമുണ്ടെന്ന് അദ്ദേഹം പറയാറുണ്ട്. ഈ ബിസിനസ്സുകളൊക്കെ ഗ്രേറ്റ് ഡിപ്രഷനെ മാത്രമല്ല, ഇനി വരാൻ പോകുന്ന സാമ്പത്തിക മാന്ദ്യങ്ങളെയും ചെറുത്തു നിൽക്കാൻ പോകുന്നവയാണ്. പക്ഷെ, തന്റെ ഓരോ കമ്പനിക്കും എത്രത്തോളം വായ്പ ഉണ്ട് എന്നത് വാറൻ ശ്രദ്ധാപൂർവ്വം നിരീക്ഷിക്കാറുണ്ട്. അങ്ങനെ ഉണ്ടെങ്കിൽ, ബുദ്ധിമുട്ടുള്ള സമയങ്ങൾ വരുമ്പോൾ മികച്ച പല കമ്പനികൾക്കു പോലും പിടിച്ചുനിൽക്കാനാവില്ലെന്നു അദ്ദേഹത്തിനറിയാം.

വാറന്റെ സ്വന്തം ബിസിനസ്സായ ബെർക്-ഷെയർ ഹാത്-വേയ് ദീർഘകാലം കടത്തിൽ പെടാതെ പിടിച്ചു നിന്നിരുന്നു. പണമായി കൊടുക്കാൻ കഴിയാത്ത ഒന്നിലും വാറനു താൽപര്യമുണ്ടായിരുന്നില്ല. ഉചിതമായ ഒന്ന് കണ്ടെത്താൻ കഴിയാത്ത സാഹചര്യത്തിൽ, പണം കുന്നുകൂടിയിരുന്നാലും, അദ്ദേഹം നിക്ഷേപിക്കാൻ ശ്രമിക്കാറില്ല. ഇത് ബെർക്-ഷയറിനെ കഷ്ടകാലസമയങ്ങളിൽ തുണച്ചിട്ടുണ്ട്. '09-ലെ ഗ്രേറ്റ് റിസഷൻ കൊടുമ്പിരി കൊണ്ടിരിക്കുന്ന കാലത്തു പോലും ബെർക്-ഷെയറിനു വളരെ ചെറിയ ഒരു കടം മാത്രമേ ഉണ്ടായിരുന്നുള്ളൂ. മാത്രവുമല്ല, പണമായി ഇരുപത് മില്യൺ ഡോളർ ഉണ്ടായിരുന്നു താനും. ഇത് വാറനെ സംബന്ധിച്ചിടത്തോളം വലിയൊരു ആശ്വാസമായിരുന്നു. മാത്രവുമല്ല, റിസഷൻ മൂലം വന്ന കുറഞ്ഞ സ്റ്റോക്ക് മൂല്യങ്ങൾ ഉപയോഗപ്പെടുത്താൻ തക്ക സാമ്പത്തിക സ്രോതസ്സും അദ്ദേഹത്തിനുണ്ടായിരുന്നു.

വാറനെപ്പോലെ പഴയ രീതി പിന്തുടരുന്ന മാനേജർമാർക്ക് കടമെടുത്ത് വരുമാനം വർദ്ധിപ്പിക്കുന്നതിനോട് വലിയ താൽപര്യമില്ലായിരുന്നു. കഷ്ടകാലസമയങ്ങളിൽ കൂടി കടന്നുവന്ന അവർക്ക് കാണിക്കാൻ അതിന്റെ തഴമ്പ് തന്നെ ധാരാളം. പക്ഷെ പെട്ടെന്ന് കിട്ടുന്ന പണം എന്നാൽ, എളുപ്പത്തിലുള്ള പ്രമോഷനുകളും കനത്ത ബോണസ്സുകളുമാണ് എന്നാണ് ഇക്കഴിഞ്ഞ പതിനഞ്ചു

വർഷങ്ങൾക്കുള്ളിൽ പലരും മനസ്സിലാക്കി വച്ചിരിക്കുന്നത്. അതുകൊണ്ടു തന്നെ പുതിയ തലമുറയിലെ പലരും കടം കുന്നുകൂട്ടി. '09-ലെ ഗ്രേറ്റ് റിസഷന്റെ സമയത്ത് ഇവരിൽ പലർക്കും നിൽക്കക്കള്ളിയില്ലാതാവുകയും, അവരുടെ കമ്പനിയുടെ വിജയം അൽപായുസ്സായി തീരുകയും ചെയ്തു.

ചിലപ്പോഴെങ്കിലും, പഴയ കിഴവന്മാർക്കറിയാം കൃത്യമായി എന്താണ് ചെയ്യേണ്ടതെന്ന തന്ത്രം.

22

എല്ലാ നല്ല ആശയങ്ങളും എപ്പോഴും ഫലവത്താകാറുണ്ടോ?

"ചിലപ്പോൾ മോശം ആശയങ്ങളേക്കാൾ നമ്മളെ കുഴപ്പത്തിലാക്കുന്നത് നല്ല ആശയങ്ങളായിരിക്കും."

—വാറൻ ബഫറ്റ്

വാറന്റെ ഗുരുവായിരുന്ന യശ്ശശരീരനായ ബെഞ്ചമിൻ ഗ്രഹാം, നല്ല ആശയങ്ങളുടെ അപകടസാധ്യതകളെക്കുറിച്ച് ജാഗ്രതയോടെയിരിക്കുവാൻ പഠിപ്പിച്ചതിൽ നിന്നും ഉദ്ധരിച്ചതാണിത്. മോശമാണെന്ന് തോന്നുന്ന ആശയങ്ങളെ മാനേജർമാർ പ്രോത്സാഹിപ്പിക്കാറില്ല; അവയെ മുളയിലേ നുള്ളാറാണ് പതിവ്. എന്നാൽ ഒരു നല്ല ആശയം എപ്പോഴും പ്രാവർത്തികമാക്കാറുണ്ട്. അത് വിജയിക്കുമ്പോൾ, ക്രമേണ അതൊരു സുസ്ഥാപിത നിയമമായി മാറുന്നു. സബ്പ്രൈം മോർട്ട്ഗേജുകൾ നല്ലൊരു ആശയമായിരുന്നു; മാർജിനൽ ക്രെഡിറ്റുള്ള പലർക്കും വീട് വാങ്ങാനും, മോർട്ട്ഗേജ് ബ്രോക്കർമാർക്ക് നന്നായി സമ്പാദിക്കാനും അത് വഴിയൊരുക്കി. എന്നാൽ കാലക്രമേണ, അത്ര നന്നല്ലാത്ത ക്രെഡിറ്റ് ഹിസ്റ്ററി ഉള്ളവരും സബ്പ്രൈം മോർട്ട്ഗേജിന് യോഗ്യരാവാൻ തുടങ്ങി. ഒരുപാട് പേർക്ക് വീടുകളും, ഒരുപാട് മോർട്ട്ഗേജ് ബ്രോക്കർമാർക്ക് ധാരാളം പണവും ലഭിച്ചു. എന്നാൽ ഒരു ദിവസം നമ്മൾ ഒരു സാമ്പത്തിക മാന്ദ്യത്തിലേക്കാണ് കണ്ണ് തുറന്നത്. ആളുകൾക്ക് ജോലികൾ നഷ്ടപ്പെടാൻ തുടങ്ങിയതോടെ, പലർക്കും തങ്ങളുടെ സബ്പ്രൈം മോർട്ട്ഗേജുകളുടെ തവണകൾ

അടയ്ക്കാൻ സാധിക്കാതെ വന്നു. വളരെപ്പെട്ടെന്നാണ് അത്ര നല്ലൊരു ആശയം ഒരു ദുരന്തമായി മാറിയത്.

ഇൻഷുറൻസ് ലോകത്തെ കുലപതികളായിരുന്ന AIG-യ്ക്കും ഇതുതന്നെയാണ് സംഭവിച്ചത്. ഇൻവെസ്റ്റ്മെന്റ് ഗ്രേഡിലുള്ള കുറെ കോർപ്പറേറ്റ് ബോണ്ടുകൾക്ക് തിരിച്ചടവ് സാധ്യമാകാതെ വരുന്ന സന്ദർഭത്തിൽ ഉണ്ടാകുന്ന നഷ്ടം നികത്താൻ, ബാങ്കുകൾക്കും മറ്റ് സ്ഥാപനങ്ങൾക്കും അവർ ഇൻഷുറൻസ് നൽകി. ലോകത്താക മാനമുള്ള ആയിരക്കണക്കിന് കോർപറേഷനുകൾ ഒറ്റയടിക്ക് തകരാൻ യാതൊരു സാധ്യതയുമില്ല എന്നാണ് AIG കണക്കുകൂട്ടി യിരുന്നത്. അവർ അടച്ചിരുന്ന പ്രീമിയം തുകകൾ തിരികെ നഷ്ടപരിഹാരമായി കൊടുക്കേണ്ടി വരുമെന്ന് സ്വപ്നത്തിൽ പോലും AIG അന്ന് കരുതിയിട്ടുണ്ടാകില്ല. പ്രീമിയം ആയി പല ആയിരക്കണ ക്കിന് മില്യണുകൾ അനായാസേന കുമിഞ്ഞു കൂടി. വലിയ അപകട സാധ്യത ഇല്ലാത്ത, എളുപ്പത്തിൽ പണം സമ്പാദിക്കാനുള്ള ഒരു മാർഗ്ഗമായിരുന്നു അത്.

എന്നാൽ ബാങ്കുകളാകട്ടെ, കോർപ്പറേറ്റ് ബോണ്ടുകളിൽ ചെയ്യാറുള്ളത് പോലെ, നിരവധി സബ്പ്രൈം ലോണുകളെ ഒന്നിച്ചൊരു പാക്കേജ് ആയി കണക്കാക്കി, അവയെ ഇൻഷ്വർ ചെയ്യണം എന്നാവശ്യപ്പെട്ട് AIG-യെ സമീപിച്ചു. കോർപ്പറേറ്റ് ബോണ്ടുകളിലെ ഇൻഷുറൻസ് ലാഭകരമായ ഒന്നായതിനാൽ, അതുപോലെതന്നെ ഒരു കൂട്ടം സബ്പ്രൈം മോർട്ട്ഗേജുകളിൽ ഇൻഷ്വർ ചെയ്താലും പണം കൊയ്യാമെന്ന് AIG കണക്കുകൂട്ടി. എന്നാൽ സബ്പ്രൈം മോർട്ട്ഗേജുകളുടെ വലിയ ശൃംഖല ഒറ്റയടിക്ക് പാപ്പരായേക്കാം എന്ന് ദീർഘവീക്ഷണത്തോടെ ചിന്തിക്കാൻ അവർക്ക് കഴിഞ്ഞില്ല. അങ്ങനെയിരിക്കെയാണ് സാമ്പത്തിക മാന്ദ്യം ആഞ്ഞടിച്ചത്. പല ആയിരക്കണക്കിന് സബ്പ്രൈം മോർട്ട്ഗേജുകൾക്ക് കടം തിരിച്ചടയ്ക്കാൻ കഴിയാതെയായി. AIG ഇൻഷ്വർ ചെയ്ത സബ്പ്രൈം ബോണ്ടുകളുടെ മൂല്യം ഇടിയാൻ തുടങ്ങി. AIG-യ്ക്ക് തങ്ങളുടെ സബ്പ്രൈം ഇൻഷുറൻസ് കോൺട്രാക്ടുകൾ സംരക്ഷിക്കുവാനായി കൂടുതൽ കൂടുതൽ ഈടുകൾ കണ്ടെത്തേണ്ടി വന്നു. എന്നാൽ കാര്യങ്ങൾ കൂടുതൽ വഷളാവാൻ തുടങ്ങി. അഡിഷ ണൽ കൊളാറ്ററൽ ആയി കൊടുക്കാൻ തക്ക ആസ്തി AIG-യുടെ പക്കൽ ഇല്ലാതെ വന്നു. അധികം താമസിയാതെ, ലോകത്തിന്റെ പല ഭാഗത്തുള്ള ധനവിനിമയ സ്ഥാപനങ്ങൾക്ക് വിറ്റിരുന്ന സബ്പ്രൈം കോൺട്രാക്ടുകൾ തിരിച്ചടയ്ക്കാൻ കഴിയാത്ത അപകട കരമായ അവസ്ഥയിലേയ്ക്ക് AIG എത്തിച്ചേർന്നു.

AIG തിരിച്ചടയ്ക്കാൻ കഴിയാത്ത അവസ്ഥയിലെത്തിയാൽ, അവർ കോൺട്രാക്ടുകൾ വിറ്റിരുന്ന ബാങ്കുകളുടെയും മറ്റ് സ്ഥാപനങ്ങളുടെയും കൈവശം ഇൻഷുറൻസ് ഇല്ലാത്ത ബോണ്ട് പോർട്ട്ഫോളിയോകൾ മാത്രമേ അവശേഷിക്കുകയുള്ളൂ. അതായത്, ബോണ്ട് പോർട്ട്ഫോളിയോകളുടെ മൂല്യം ഓരോ ഡോളർ കുറയുമ്പോഴും ബാങ്കുകളും സ്ഥാപനങ്ങളും വിറങ്ങലിച്ചുകൊണ്ടിരുന്നു എന്നർത്ഥം. ഇൻഷുറൻസ് പുതുക്കാത്ത വീട് കണ്മുന്നിൽ കത്തിയെരിയുന്നത് കണ്ടുനിൽക്കുന്നത് പോലെ, എന്ന് വേണമെങ്കിൽ പറയാം. കൂടുതൽ ഈടുകൾ കൊണ്ടുവരാൻ AIG പരാജയപ്പെടുംതോറും, ലോകത്തിലെ പല ധനകാര്യ സ്ഥാപനങ്ങളും പാപ്പരത്വത്തിലേയ്ക്ക് നീങ്ങുന്ന ഭയാനകമായ അവസ്ഥയുണ്ടായി. അങ്ങനെ വന്നാൽ, ലോകത്തിന്റെ തന്നെ സാമ്പത്തിക ഘടന തകിടം മറിഞ്ഞേനെ. അതുകൊണ്ടാണ്, യു.എസ് ട്രഷറി സമയോചിതമായി ഇടപെട്ടതും, AIG-യ്ക്ക് 85 ബില്യൺ ലോണായി നൽകിയതും. ഇല്ലെങ്കിൽ കാര്യങ്ങൾ കൈവിട്ടു പോയേനെ.

ചുരുക്കി പറഞ്ഞാൽ, ഇൻവെസ്റ്റ്മെന്റ് ഗ്രേഡിലുള്ള കോർപ്പറേറ്റ് ഡെറ്റ് ഇൻഷ്വർ ചെയ്യുക എന്നത് നല്ല ഒരാശയമായിരുന്നു. എന്നാൽ ഒടുവിൽ, സബ്പ്രൈം മോർട്ട്ഗേജുകളുടെ ഒരു ശൃംഖലയെത്തന്നെ ഇൻഷ്വർ ചെയ്യാൻ AIG ഒരുമ്പെട്ടു. അതാണ് ഒടുവിൽ ലോകം കണ്ടതിൽ വച്ച് ഏറ്റവും മോശം ഒരു ആശയമായി മാറിയത്.

വാറൻ പറയാറുള്ളത് പോലെ, ഒരു മോശം ആശയത്തെക്കാൾ, നമ്മളെ വലിയ കുഴപ്പങ്ങളിൽ കൊണ്ടുചെന്നു ചാടിക്കുക, ചിലപ്പോൾ നല്ല ആശയങ്ങളായിരിക്കും.

23

നിയമലംഘനം നടത്തുന്ന ജീവനക്കാരെ എങ്ങനെ കൈകാര്യം ചെയ്യാം

"അങ്കണത്തിന്റെ മധ്യത്തു നിന്നുകൊണ്ട് തന്നെ പണമുണ്ടാക്കാനുള്ള ധാരാളം അവസരങ്ങളുണ്ട്. വശങ്ങളിലൂടെ കളിക്കേണ്ട ആവശ്യം വരുന്നില്ല".

—വാറൻ ബഫറ്റ്

ശലോമോൻ ബ്രദർസ്സിന്റെ ബോണ്ട്-ട്രേഡിങ്ങ് കോഴയുടെ പ്രത്യാഘാതങ്ങൾ എങ്ങും അലയടിച്ചപ്പോൾ, വാറൻ തന്റെ കമ്പനികളുടെ മാനേജർമാർക്ക് നൽകിയ ഉപദേശമായിരുന്നു ഇത്. ബോണ്ട്-ട്രേഡിങ്ങിലെ മിടുക്ക കൊണ്ട് കീർത്തി നേടിയ, വാൾ സ്ട്രീറ്റിലെ ഒരു ഇൻവെസ്റ്റ്മെന്റ് ബാങ്കായിരുന്ന ശലോമോൻ ബ്രദർസ്സ്. 1980-കളുടെ അവസാനം, അവരുടെ പ്രിഫേർഡ് സ്റ്റോക്കിൽ 700 മില്യൺ ഡോളർ വാറൻ ഇൻവെസ്റ്റ് ചെയ്തു. 1991-ൽ ശലോമോനിലെ രണ്ടു ബോണ്ട് ട്രേഡർമാർ, ട്രെഷറി ബോണ്ടുകൾ വാങ്ങാനുള്ള യു.എസ് ട്രെഷറിയുടെ ലേലംവിളി നിയമങ്ങളെ ലംഘിച്ചു. അവർ, യു.എസ് ട്രെഷറിയ്ക്ക് വ്യാജ ലേലങ്ങൾ സമർപ്പിച്ചതായി കണ്ടെത്തി. ട്രെഷറി ബോണ്ടുകളുടെ പുതിയ പതിപ്പിന്റെ അനുവദനീയമായ ഷെയറുകളെക്കാൾ കൂടുതൽ ഷെയറുകൾ വാങ്ങാനുള്ള ശ്രമമായിരുന്നു അവരുടേത്. എന്നാൽ ട്രേഡർമാരുടെ ആ നിയമവിരുദ്ധമായ പ്രവർത്തിയെക്കുറിച്ച് കണ്ടെത്തിയ ശലോമോൻ മാനേജ്മെന്റ്,

സെക്യൂരിറ്റിസ് ആൻഡ് എക്സ്ചേഞ്ച് കമ്മീഷനോടോ, യു.എസ് ട്രെഷറിയോടോ അതിനെക്കുറിച്ച് വിശദീകരണം നൽകാൻ തയ്യാറായില്ല. ഒടുവിൽ, ട്രെഷറികളിൽ ട്രേഡിങ് ചെയ്യുന്നതിൽ നിന്നും ശലോമോനെ വിലക്കാൻ ട്രെഷറി നിർബന്ധിതമായി. കമ്പനിയ്ക്കും, അതിലുള്ള വാറന്റെ നിക്ഷേപത്തിനും അത് കനത്ത തിരിച്ചടിയാകുമായിരുന്നു. ശലോമോന്റെ ഡയറക്ടർ ബോർഡിന്റെ അഭ്യർത്ഥന പ്രകാരം, വാറൻ ആ ബോർഡിന്റെ ചെയർമാനായി അധികാരമേറ്റു. ചുമതലയേറ്റയുടനെ അദ്ദേഹം ആദ്യം ചെയ്തത് ഒരു ശുദ്ധികലശമായിരുന്നു – ഈ വഞ്ചന കാണിച്ച ട്രേഡർമാരുടെ മേൽനോട്ടം വഹിച്ച സി.ഇ.ഒ.മാരെയും, ഉയർന്ന പദവിയുള്ള മറ്റ് ഉദ്യോഗസ്ഥരെയും അദ്ദേഹം തലസ്ഥാനങ്ങളിൽ നിന്നും മാറ്റി. അന്വേഷണം നടത്തുന്നവർക്ക് ശലോമോന്റെ രേഖകൾ എപ്പോൾ വേണമെങ്കിലും പരിശോധിക്കാനുള്ള സ്വാതന്ത്ര്യം നൽകുന്ന വിധത്തിൽ അദ്ദേഹം യു.എസ് ട്രെഷറിയുമായി പോളിസി രൂപവൽക്കരിച്ചു. ഒടുവിൽ, 290 മില്യൺ ഡോളർ എന്ന ഭീമൻ പിഴ അവർ അടയ്ക്കേണ്ടി വന്നുവെങ്കിലും, ട്രെഷറിയുമായുള്ള ട്രേഡിങ് തുടരാൻ അവർ ശലോമോനു അനുമതി നൽകി. അങ്ങനെയാണ് അവർക്ക് ബിസിനസ്സിൽ തുടരാൻ സാധിച്ചത്.

വാറൻ മാനേജർമാർക്ക് നൽകിയ ഗുണപാഠം ഇതായിരുന്നു : പണം ഉണ്ടാക്കാൻ ആവേശത്തോടെ ശ്രമിക്കേണ്ടത് പ്രധാനമാണ്. നിയമത്തിന്റെ പരിധിയ്ക്കുള്ളിൽ നിന്നുകൊണ്ടുതന്നെ പണമുണ്ടാക്കാൻ സാധിക്കും. കുറുക്കുവഴിയിലൂടെ പണമുണ്ടാക്കാൻ വേണ്ടി മാനേജർ മാർ നിയമം ലംഘിക്കുമ്പോൾ, ആ ഒരൊറ്റ പ്രവർത്തിയിലൂടെ ബിസിനസ്സിനെ മുഴുവൻ തന്നെ അപകടാവസ്ഥയിലേയ്ക്ക് അവർ കൊണ്ടെത്തിക്കുന്നു. ശലോമോന്റെ കാര്യത്തിലാണെങ്കിൽ, യു. എസ് ഗവൺമെന്റ് ബോണ്ട് മാർക്കറ്റിന്റെ ഒരൽപം വലിയ ഷെയർ നേടാൻ വേണ്ടി ആ ബോണ്ട് ട്രേഡർ അപകടത്തിലാക്കിയത് കമ്പനിയെത്തന്നെയായിരുന്നു.

ജീവനക്കാർ തങ്ങളുടെ കരിയറിലെ ഉയർച്ചയ്ക്ക് വേണ്ടി കമ്പനിയെ കരുവാക്കുന്നില്ല എന്ന് ഉറപ്പുവരുത്തേണ്ടത് മാനേജർമാർ എന്ന നിലയിൽ നമ്മുടെ ഉത്തരവാദിത്തമാണെന്ന് വാറൻ ഓർമ്മിപ്പിക്കുന്നു. അത്തരത്തിൽ നിയമവിരുദ്ധമായി ഏതെങ്കിലും ജീവനക്കാർ എന്തെങ്കിലും ചെയ്യുന്നതായി ശ്രദ്ധയിൽപ്പെട്ടാൽ, ഉടൻ തന്നെ ബന്ധപ്പെട്ട അധികാരികളെ വിവരമറിയിക്കണം. അത് മറച്ചുവയ്ക്കാൻ ശ്രമിക്കുന്നതും കുറ്റകരമാണെന്ന് അദ്ദേഹം ചൂണ്ടിക്കാട്ടി. അത്തരമൊരു അനുഭവം ആർക്കും താൽപര്യം ഉണ്ടാകണമെന്നില്ല.

24

സ്വന്തം തെറ്റുകളെ എങ്ങനെ കൈകാര്യം ചെയ്യാം

"ഞാൻ ധാരാളം തെറ്റുകൾ വരുത്താറുണ്ട്.
ഇനിയും ഒരുപാട് തെറ്റുകൾ വരുത്തിയെന്നും വരാം.
അതൊക്കെ ഇതിലുള്ളതാണ്. അത്തരം തെറ്റുകളെ
മറികടക്കാൻ പ്രാപ്തിയുള്ള ശരികൾ ചെയ്യുന്നുണ്ട്
എന്ന് ഉറപ്പു വരുത്തിയാൽ മാത്രം മതിയാവും."

—വാറൻ ബഫറ്റ്

വാറനടൾപ്പടെ ആരും പൂർണ്ണരല്ല. തെറ്റുകൾ സഹജമായ ഒന്നാണ്. ആർക്കും അതിൽ നിന്നു രക്ഷപ്പെടാനാവില്ല. നമ്മുടെ ജീവിതത്തിലെ വിജയങ്ങൾ, തെറ്റുകളെക്കാൾ മുന്നിൽ നിൽക്കണം എന്ന് മാത്രം ഓർത്താൽ മതി. അത് തലതിരിച്ചായാൽ, നമ്മൾ പ്രശ്നങ്ങളെ ക്ഷണിച്ചു വരുത്തുകയാവും എന്ന് തീർച്ച.

ConcoPhillips, അന്നത്തെ USAir എന്നീ ബിസിനസ്സുകൾക്ക് വേണ്ടി ആവശ്യത്തിലുമധികം പണം ചെലവഴിച്ചത്; ബ്ലൂ ചിപ്പ് സ്റ്റാമ്പ് എന്ന തകർന്നുകൊണ്ടിരുന്ന ബിസിനസ്സ് വാങ്ങിയത്; ശരിയായ ബിസിനസ്സിനെ ശരിയായ സമയത്ത് വാങ്ങാതിരുന്നത് – ക്യാപിറ്റൽ സിറ്റീസ് ബ്രോഡ്കാസ്റ്റിംഗിനോട് അദ്ദേഹത്തിന് ആദ്യകാലത്ത് ഒരുതരം അവജ്ഞയായിരുന്നു – ഇവയൊക്കെ വാറന്റെ തെറ്റുകളിൽ ചിലവയാണ്. മാനേജർമാരുടെ കാര്യത്തിലും അദ്ദേഹം ചില ഗുരുതരമായ തെറ്റുകൾ ചെയ്തിട്ടുണ്ട് – തന്റെ സ്വന്തം ഇൻഷുറൻസ് കമ്പനികളുടെ ചുമതലയ്ക്കായി അദ്ദേഹം സ്വയം

തിരഞ്ഞെടുത്തു (പിന്നീട് അതൊരു മോശം ആശയമാണെന്ന് തിരിച്ചറിഞ്ഞു). ഡെംപ്സ്റ്റർ മിൽസിനു വേണ്ടി അദ്ദേഹം ആദ്യം കണ്ടെത്തിയ മാനേജർ ഒരു വൻ തോൽവിയായിരുന്നു. എന്നാൽ രണ്ടാമത്തെയാൾ നല്ലൊരു കണ്ടെത്തലായിരുന്നു. ഇങ്ങനെയൊക്കെയാണെങ്കിലും, ലോകത്തിലെ ഏറ്റവും ധനികനായ മനുഷ്യനായിത്തന്നെ അദ്ദേഹം തുടർന്നു.

വാറൻ തന്റെ തെറ്റുകളെ കൈകാര്യം ചെയ്യുന്ന വിധം, അദ്ദേഹത്തെ വേറിട്ട ഒരു മനുഷ്യനാക്കുന്നു. തെറ്റുകളിൽ നിന്നും പാഠങ്ങൾ ഉൾക്കൊള്ളാറുണ്ടെങ്കിലും, അതിനുള്ളിൽ കുടുങ്ങിക്കിടക്കാതിരിക്കാൻ അദ്ദേഹം ശ്രദ്ധിക്കാറുണ്ട്. അത്തരത്തിൽ കുടുങ്ങിക്കിടക്കുന്നവർ തങ്ങളുടെ സമയവും അദ്ധ്വാനവും പാഴാക്കുകയാണെന്നും, അവയെ ഉപയോഗിച്ച് കൂടുതൽ പണമുണ്ടാക്കാനും ജീവിതം ആസ്വദിക്കാനുമുള്ള വഴികൾ കണ്ടെത്താമെന്നും അദ്ദേഹം പറയാറുണ്ട്.

തെറ്റുകൾ, കഴിഞ്ഞകാലത്തിലെ സംഗതികളാണ്. അതിൽ നിന്നും പാഠങ്ങൾ ഉൾക്കൊള്ളാൻ കഴിയാത്തവർ അവിടെത്തന്നെ തുടരണം എന്നാണദ്ദേഹത്തിന്റെ പക്ഷം. കാരണം, നമുക്ക് സമാഹരിക്കുവാനുള്ള ധനം ഭാവിയുടെ ഏതോ കോണിൽ നമ്മളെയും കാത്തിരിക്കുന്നുണ്ട്.

25

മുഖസ്തുതിക്കാർ – ഒരു മുതൽക്കൂട്ടോ, അതോ ബാധ്യതയോ?

"ഒന്നുറപ്പാണ് : ഏതെങ്കിലുമൊരു സിഇഒ താൻ ചെയ്ത ഒരു മണ്ടൻ നേട്ടത്തെപ്പറ്റി വല്ലാതെ ആവേശം കൊള്ളുന്നുവെങ്കിൽ, ആ വ്യക്തിയുടെ കമ്പനിയിലെ ജീവനക്കാരും, പുറമേയുള്ള ഉപദേശകരുമെല്ലാം അദ്ദേഹത്തിന്റെ ആ തീരുമാനത്തെ ന്യായീകരിക്കാൻ ആവശ്യമായതെല്ലാം എങ്ങനെയെങ്കിലും കണ്ടുപിടിച്ചു കൊണ്ടുവരും. രാജാവ് നഗ്നനാണ് എന്ന് വിളിച്ചുപറയുന്നതൊക്കെ മുത്തശ്ശിക്കഥകളിൽ മാത്രമാണ്."

—വാറൻ ബഫറ്റ്

നേതൃസ്ഥാനത്തുള്ളവർക്ക് സ്നേഹിക്കപ്പെടാൻ വലിയ ഇഷ്ടമാണ്. ആ ആഗ്രഹത്തിനു പിന്നാലെയുള്ള യാത്രയിൽ അവർ തങ്ങൾക്ക് ചുറ്റും 'അതെ' എന്ന് മാത്രം പറയുന്നവരുടെ ഒരു ഗണത്തെ ഉണ്ടാക്കുന്നു. ഈ ഗണത്തിലുള്ളവർ ജീവിക്കുന്നത് തന്നെ, തങ്ങളുടെ മേലധികാരിയുടെ ഗുണങ്ങളെ വാനോളം പുകഴ്ത്തിയും, അവരുടെ ആശയങ്ങളൊക്കെ എത്ര മികച്ചതാണെന്ന് ഇടയ്ക്കിടെ പറഞ്ഞുകൊണ്ടുമാണ്. അതൊന്നും സത്യമല്ല എന്ന് അവർക്കറിയാംതാനും. അവർ എന്തുകൊണ്ടായിരിക്കും സത്യം പറയാൻ മടിക്കുന്നത്? കാരണം, അതാണ് അവരുടെ ജോലി. മേലധികാരിയോട് 'അതെ' എന്ന് പറയുന്നത് മാത്രമാണ് അവരുടെ ജോലി. അതിനവർക്ക് നല്ല പ്രതിഫലവും ലഭിക്കുന്നുണ്ട്.

എല്ലാ ബിസിനസ്സിലും മുഖസ്തുതിക്കാരുണ്ട്. മേലധികാരിയെ

സുഖിപ്പിച്ച്, സത്യത്തെ വളച്ചൊടിച്ച്, അവർ അവിടൊക്കെ പമ്മിപ്പതുങ്ങി നടക്കുന്നുണ്ടാവും. ഇനി, ഒരു ഉപദേഷ്ടാവിനെ നമ്മൾ ജോലിയ്ക്ക് വച്ചു എന്നിരിക്കട്ടെ. നമ്മൾ ചെയ്യണം എന്ന് കരുതിയിരുന്ന കാര്യങ്ങളെത്തന്നെ, ചെയ്താൽ നന്നാവും എന്ന രൂപത്തിൽ അവതരിപ്പിക്കുന്നതാവും മിക്കപ്പോഴും കക്ഷിയുടെ ജോലി. പൊതുവെ അഭിപ്രായവ്യത്യാസം തുറന്നു പ്രകടിപ്പിക്കുന്ന ഉപദേഷ്ടാക്കൾ അധികം കഴിയും മുൻപേ ജോലിയിൽ നിന്ന് പുറത്താകാറുണ്ട്. 'അല്ല' എന്ന് പറയുന്നവരെ പൊതുവെ ആളുകൾ അടുപ്പിക്കാറില്ല.

ഇത്തരം 'അതെ' ഗണങ്ങളെ ചുറ്റും പ്രതിഷ്ഠിച്ചാൽ എന്തെങ്കിലും പ്രശ്നമുണ്ടോ? പ്രത്യക്ഷത്തിൽ ഒന്നുമില്ല. പക്ഷെ മുൻകൂട്ടി കണ്ട് ഒഴിവാക്കാൻ പറ്റുമായിരുന്ന ഒരു പ്രശ്നത്തെക്കുറിച്ച് നമ്മൾ അറിയുന്നത്, അത് നമുക്കിടയിൽ ഒരു ഉൽക്ക പോലെ പതിച്ച്, ഒടുവിൽ ഡയറക്ടർ ബോർഡ് അംഗങ്ങൾ നമ്മളോട് രാജി വയ്ക്കാൻ പറയുമ്പോഴായിരിക്കും. ഡെറിവേറ്റിവുകളുടെ അപകടസാധ്യതകളെ തരണം ചെയ്യാൻ നമ്മുടെ കമ്പനികൾക്ക് സാധിക്കും എന്ന് വിശ്വസിപ്പിക്കുന്ന ഇത്തരം 'അതെ' ഗണങ്ങളെ പോറ്റിവളർത്തുന്ന സിഇഒ-മാരുടെ ബാക്കിപത്രങ്ങൾ ഇപ്പോഴും വാൾ സ്ട്രീറ്റിൽ ഉണ്ട്. അത്തരം പ്രശ്നങ്ങളെ കൈകാര്യം ചെയ്യാൻ സാധിക്കില്ല എന്ന് സിഇഒ-മാർ മനസ്സിലാക്കി വരുമ്പോഴേയ്ക്കും ഒത്തിരി വൈകിയിട്ടുണ്ടാകും.

കഴിയുന്നതും വളരെക്കുറച്ച് ആളുകളെ മാത്രം ചുറ്റും നിർത്തുക എന്നതാണ് വാറൻ ഇതിനു കണ്ടിട്ടുള്ള പോംവഴി. മാത്രവുമല്ല, ഒരു ഗ്രൂപ്പ് ഡിസ്കഷൻ നടത്താൻ കണ്ണാടിയ്ക്കു മുൻപിൽ ചെന്നു നിന്നാൽ മതി എന്നു പോലും അദ്ദേഹം ഒരിക്കൽ അഭിപ്രായപ്പെട്ടിട്ടുണ്ട്. 'അതെ' എന്ന് സാധാരണ പറയാറുള്ളതിനേക്കാൾ പത്തുമടങ്ങ് 'അല്ല' എന്ന് പറയുന്ന ഒരാളായ, ബെർക്-ഷയറിന്റെ വൈസ്-ചെയർമാൻ ചാർളി മുങ്കറിനോട് അദ്ദേഹം ഇടയ്ക്കിടെ അഭിപ്രായങ്ങൾ ആരായാറുണ്ട്. തന്റെ 'അല്ല' ഗണത്തിലെ ഒരാളായിട്ടാണ് വാറൻ ചാർളിയെ കാണുന്നത്. ഇങ്ങനെ എല്ലാത്തിനോടും 'അല്ല/വേണ്ട/ഇല്ല' എന്നൊക്കെ പ്രതികരിക്കുന്ന ആളായത് കൊണ്ട്, ചാർളിയെ ഇഷ്ടപ്പെടുന്നവർ വളരെ കുറവാണ്. പക്ഷെ പല തവണ ദുരന്തത്തിലേയ്ക്ക് വീണു പോകാതെ രക്ഷപ്പെടാൻ വാറനെ സഹായിച്ചത് ചാർളിയുടെ 'അല്ല'കളാണ്.

26

നഷ്ടപ്പെട്ടുത്തിയ അവസരങ്ങളിൽ നിന്നുമുള്ള പാഠങ്ങൾ

"തിരസ്കരിച്ച കളഞ്ഞവയുടെ നഷ്ടക്കണക്കുകൾ ഫിനാൻഷ്യൽ സ്റ്റേറ്റ്മെന്റുകളിൽ കാണാറില്ലാത്തതിനാൽ, മിക്ക ആളുകളും അവയെ ശ്രദ്ധിക്കാറില്ല. എന്നാൽ, നമ്മളവയെക്കുറിച്ച് വീണ്ടും വീണ്ടും പറഞ്ഞുകൊണ്ടിരിക്കും."

–വാറൻ ബഫറ്റ്

മിടുക്കരായ മാനേജർമാർ പോലും അവസരങ്ങളെ നഷ്ടപ്പെട്ടുത്താറുണ്ട്. എന്നാൽ ഇത് പലപ്പോഴും ശ്രദ്ധിക്കപ്പെടാതെ പോകും. ഇൻവെസ്റ്റിംഗ് ലോകത്തും, ബെർക്-ഷെയറിന്റെ മാനേജിംഗിലും, താൻ ധാരാളം അവസരങ്ങൾ നഷ്ടപ്പെട്ടുത്തിയിട്ടുണ്ട് എന്ന് വാറൻ തുറന്നു സമ്മതിച്ചിട്ടുണ്ട് – വാൾമാർട്ടിന്റെയും, വാൾഗ്രീൻസിന്റെയും കാര്യത്തിൽ വൈകിപ്പോയിരുന്നു എന്ന് അദ്ദേഹം എപ്പോഴും പരിതപിച്ചിരുന്നു. വാറൻ ഏതെങ്കിലും അവസരം നഷ്ടപ്പെട്ടുത്തിയത്, എന്തുകൊണ്ട് അത് തന്റെ ശ്രദ്ധയിൽപ്പെട്ടില്ല എന്നും, എന്തുകൊണ്ട് കൃത്യസമയത്ത് അതിനനുസരിച്ച് പ്രവർത്തിക്കാൻ തനിക്ക് കഴിഞ്ഞില്ല എന്നുമൊക്കെയുള്ള കാര്യങ്ങൾ വിശകലനം ചെയ്യാൻ അദ്ദേഹം ശ്രദ്ധിക്കാറുണ്ട്. അത്തരം വിശകലനങ്ങൾ, ഭാവിയിൽ ഇതേ തെറ്റ് ആവർത്തിക്കാതിരിക്കാൻ തന്നെ സഹായിച്ചേക്കും എന്ന് അദ്ദേഹം കരുതുന്നു.

വാറന്റെ അഭിപ്രായത്തിൽ, നഷ്ടപ്പെട്ടുത്തുന്ന അവസരങ്ങൾ രണ്ടു തരത്തിലുള്ളവയാണ് : (1) നമ്മുടെ ശ്രദ്ധയുടെ സീമയിൽ വരാത്തതിനാൽ നഷ്ടപ്പെട്ടുത്തിയ അവസരങ്ങൾ, (2) നമ്മുടെ

ശ്രദ്ധയിൽ പെട്ടിട്ടും, കൃത്യസമയത്ത് തുനിഞ്ഞിറങ്ങാത്തതിനാൽ നഷ്ടപ്പെടുത്തിയ അവസരങ്ങൾ. നമ്മുടെ തൊട്ടു മുന്നിൽ ഉണ്ടായിരുന്നവയായിരുന്നതിനാൽ, ഏറ്റവും അലോസരപ്പെടുത്തുന്നത് ഇതാണ്.

ആ അവസരം നമ്മുടെ പരിധിയ്ക്കുള്ളിലായിരുന്നില്ല എങ്കിൽ, നമ്മുടെ അന്വേഷണമേഖല ഒന്നുകൂടി വിപുലമാക്കണം എന്നതാണ് പോംവഴി. അവസരങ്ങളുടെ സാധ്യതകളെ നമുക്ക് മുന്നിൽ സന്തോഷത്തോടെ തുറന്നുവയ്ക്കാൻ തയ്യാറായി നിൽക്കുന്ന ബിസിനസ്സ് ബ്രോക്കർമാരുടെയും, ഇൻവെസ്റ്റ്മെന്റ് ബാങ്കർമാരുടെയും ഒരു വലിയ ലോകം തന്നെ നമുക്കു ചുറ്റുമുണ്ട്.

കണ്ടിട്ടും നമ്മൾ കൃത്യസമയത്ത് ഉപയോഗിക്കാതെ പോയ അവസരങ്ങളുടെ കാര്യമെടുത്താൽ, അതിന്റെ റിസ്ക് കണക്കുകൂട്ടുന്നതിൽ നമ്മൾ വരുത്തുന്ന പിഴവായിരിക്കും മിക്കപ്പോഴും കാരണമായി മനസ്സിലാക്കാനാവുക. റിസ്ക് കൂടുതലാണ് എന്ന് കരുതി നമ്മൾ നഷ്ടപ്പെടുത്തിക്കളഞ്ഞ അവസരങ്ങളാണവ.

റിസ്ക് കണക്കുകൂട്ടുന്നതിലെ തെറ്റു മൂലം നഷ്ടപ്പെടുത്തിക്കളഞ്ഞവയിലെ തെറ്റുകൾ മനസ്സിലാക്കാൻ വളരെ എളുപ്പമാണ് : നമുക്ക് ലഭ്യമായ എല്ലാ വിവരങ്ങളും ശേഖരിച്ച്, അവയുടെ അടിസ്ഥാനത്തിലാണ് നമ്മൾ ഒരു തീരുമാനം എടുക്കുക. നമ്മുടെ കൈയിലുള്ള അറിവുകൾ കൃത്യമല്ല എങ്കിൽ, മികച്ച ഒരു തീരുമാനം എടുക്കാൻ നമുക്ക് കഴിയുമോ എന്ന് ഉറപ്പില്ല. ഇതുകൊണ്ടാണ്, തന്റെ ഓരോ കമ്പനിയിലെയും മാനേജർമാരെ അതാത് ഇടങ്ങളിലെ പ്രധാന തീരുമാനങ്ങളെല്ലാമെടുക്കാൻ വാറൻ അനുവദിച്ചിരിക്കുന്നത്. തന്നെക്കാൾ നന്നായി ആ കമ്പനികളെ അവർക്കറിയാം എന്ന് അദ്ദേഹം വിശ്വസിക്കുന്നു.

പക്ഷെ അവസരങ്ങളെ നമ്മൾ ശ്രദ്ധിക്കാത്തതു കൊണ്ട് അവ കൈവിട്ടു പോയിട്ടുണ്ടെങ്കിൽ, അത് വിരൽ ചൂണ്ടുന്നത് നമ്മുടെ മാനേജ്മെന്റ് പാടവത്തിലും, സംഘടനാചാതുര്യത്തിലുമുള്ള പിഴവുകളിലേയ്ക്കാണ്. ഒരു നല്ല മാനേജർ എപ്പോഴും അവസരങ്ങളെ തേടിക്കൊണ്ടിരിക്കുന്ന ആളായിരിക്കും. അതിനു സഹായകമായ ഘടകങ്ങൾ അവർ ഒരുക്കിയിട്ടുണ്ടാകും.

മികച്ച മാനേജർമാർ വാറന്റെ പാത പിന്തുടരുന്നവരാണ് – അവർ നഷ്ടപ്പെടുത്തിയ അവസരങ്ങളെ വിശകലനം ചെയ്യുകയും, അവ എങ്ങനെ കൈവിട്ടു പോയി എന്നതിനെക്കുറിച്ച് സ്വയം വിമർശിക്കുകയും ചെയ്യും. അടുത്ത അവസരം അവരെത്തേടി വരുമ്പോൾ, കൃത്യമായി അവയെ കൈപ്പിടിയിലൊതുക്കുകയും ചെയ്യും.

27

വിശ്വസനീയം എന്നുറപ്പുള്ളവയെ ആശ്രയിക്കുക

"നിങ്ങൾ എല്ലാത്തിനെക്കുറിച്ചും ചിന്തിച്ചുകൊണ്ടിരിക്കണമെന്ന് നിർബന്ധമില്ല. ഐസക് ന്യൂട്ടൻ ഒരിക്കൽ പറഞ്ഞു, 'അതികായന്മാരുടെ ചുമലിലിരുന്നത് കൊണ്ട്, ഈ ലോകത്തെ അൽപം കൂടുതലായി കണ്ടറിയാൻ എനിക്ക് സാധിച്ചു'. മറ്റുള്ളവരുടെ തോളിൽ അഭയം പ്രാപിക്കുന്നതിൽ തെറ്റൊന്നുമില്ല."

—വാറൻ ബഫറ്റ്

കരിയറിൽ കുതിച്ചുകയറാൻ സഹായിക്കുന്ന തരം മികച്ച ആശയങ്ങളും, അസാമാന്യ കഴിവും തങ്ങൾക്കുണ്ടെന്ന് ധരിച്ചുവയ്ക്കുന്നതാണ് നവ മാനേജർമാരിൽ പലരിലും കണ്ടുവരുന്ന ഒരു പിശക്. മിക്കപ്പോഴും, ഇത്തരം ആശയങ്ങളൊക്കെ വമ്പൻ അബദ്ധങ്ങളായി കലാശിക്കുകയാണ് പതിവ്.

ജീവിതത്തിലായാലും ബിസിനസ്സിലായാലും, പരീക്ഷിച്ചു ജയിച്ച ആശയങ്ങളാണ് എപ്പോഴും നല്ലതെന്നാണ് വാറന്റെ കണ്ടെത്തൽ. അവയ്ക്ക് പരാജയസാധ്യത കുറവായിരിക്കും. ഇത്തരം പരീക്ഷണങ്ങൾ കഴിഞ്ഞ ആശയങ്ങൾ എവിടെനിന്നാണ് ലഭിക്കുക? അവയെ വിജയകരമായി പരീക്ഷിച്ച മറ്റു ബിസിനസ്സുകളിൽ നിന്നും ആളുകളിൽ നിന്നുമാണ് ലഭിക്കുക.

ഒരു ആശയത്തെ എങ്ങനെ നന്നായി പ്രാവർത്തികമാക്കാം എന്നതിനുള്ള ഡസൻ കണക്കിന് വഴികൾ മനസ്സിലാക്കാൻ

വിജയകരമായി നടന്നുപോകുന്ന ബിസിനസ്സുകൾ നിരീക്ഷിച്ചാൽ മതിയാവും. മാത്രവുമല്ല, പരാജയപ്പെട്ട ബിസിനസ്സുകൾ നിരീക്ഷിക്കുകയാണെങ്കിൽ, എത്ര എളുപ്പത്തിൽ നമ്മൾ അബദ്ധങ്ങളിൽ ചെന്നു ചാടിയേക്കാം എന്നും മനസ്സിലാവും.

മൈൽസ് ഡേവിസ് എന്ന പ്രശസ്ത ജാസ് സംഗീതജ്ഞൻ ഒരിക്കൽ പറഞ്ഞു, "സാധാരണ കലാകാരന്മാർ ആശയങ്ങളെ കടമെടുക്കും; മികച്ച കലാകാരന്മാർ മോഷ്ടിക്കും." മികച്ച ബിസിനസ്സ് മാനേജർമാരെക്കുറിച്ചും ഇതുതന്നെ പറയാവുന്നതാണ്. നല്ല ഒരു ബിസിനസ്സ് ആശയം എവിടെയെങ്കിലും കാണാനിടയായാൽ, അപ്പോൾത്തന്നെ അതിനെ മോഷ്ടിച്ച് പ്രാവർത്തികമാക്കണം. ഇത്തരം നല്ല ആശയങ്ങളെ നമുക്ക് എവിടെ കാണാൻ സാധിക്കും? നമ്മുടെ പ്രതിയോഗികളെ നിരീക്ഷിക്കുമ്പോൾ, അവർ ചെയ്യുന്നതിലെ ശരി-തെറ്റുകൾ ഏതാണ് എന്ന് നമുക്ക് എളുപ്പം മനസ്സിലാക്കാൻ സാധിക്കും.

1930-കളിൽ നെബ്രാസ്ക ഫർണിച്ചർ മാർട്ട് സ്ഥാപിച്ച റോസ് ബ്ലൂംകിനാണ്, കൂടുതൽ സാധനങ്ങൾ വാങ്ങുന്നവർക്ക് വിലക്കിഴിവ് നൽകാം എന്ന ലളിതമായ കച്ചവട രീതിയെ റഷ്യയിൽ നിന്നും അവർക്കൊപ്പം കൊണ്ടുവന്നത്. തദ്ദേശ്ശീയരായ കച്ചവടക്കാർ കൊടുക്കാൻ മടിച്ച വിലക്കിഴിവ്, ഉദാരമായി നൽകിയ റോസിന് അവരെക്കാൾ നന്നായി കച്ചവടം നടക്കാൻ തുടങ്ങി. ഒടുവിൽ ന്യായമല്ലാത്ത കച്ചവടരീതികൾ പിന്തുടരുന്നു എന്ന് കാണിച്ച്, അവർ റോസിനെതിരെ പരാതി നൽകി. എന്നാൽ റോസാകട്ടെ, "മറ്റുള്ളവരാണ് അമിതവില ഈടാക്കുന്നത്" എന്ന് ലളിതമായി വാദിച്ച്, വിധി തനിക്കനുകൂലമായി നേടി. അടുത്ത ദിവസം തന്നെ വിധി തീർപ്പാക്കിയ ജഡ്ജിയും ഭാര്യയും റോസിന്റെ കടയിലെത്തി വിലക്കുറവിൽ കാർപ്പറ്റുകൾ വാങ്ങുകയും ചെയ്തു. വിലക്കിഴിവ് എന്ന ആശയം കണ്ടുപിടിച്ചത് റോസായിരുന്നില്ല; എന്നാൽ, റഷ്യയിലെ കച്ചവടക്കാരിൽ നിന്നും കടമെടുത്ത ആ ആശയം ഉപയോഗിച്ചാണ് തന്റെ പുതിയ ഭൂമികയായ അമേരിക്കയിൽ അവർ പണം വാരിയത്.

വാറന്റെ ജന്മനാടായ ഒമാഹയിൽ 'നാഷണൽ ഇൻഡെമ്നിറ്റി' എന്ന ചെറിയ ഒരു ഇൻഷുറൻസ് കമ്പനി നടത്തിയിരുന്ന ആളായിരുന്നു ജാക്ക് റിങ്വാൾട്. വളരെ ശ്രദ്ധയോടെയായിരുന്നു അദ്ദേഹം ബിസിനസ്സ് നടത്തിയിരുന്നത്. ഇൻഷുറൻസിന്റെ അണ്ടർറൈറ്റിങ്ങിൽ കണിശമായ അച്ചടക്കം പുലർത്തിയിരുന്ന ആളായിരുന്നു അദ്ദേഹം. പണമുണ്ടാക്കും എന്നുറപ്പുള്ള ഇൻഷുറൻസുകൾ മാത്രമേ അദ്ദേഹം ചെയ്യാറുണ്ടായിരുന്നുള്ളൂ. നിരക്കുകൾ കുറയാൻ തുടങ്ങു

മ്പോൾ, അദ്ദേഹം പോളിസികൾ നൽകില്ല. ചിലപ്പോൾ സ്റ്റാഫുകൾ പ്രത്യേകിച്ചൊന്നും ചെയ്യാനില്ലാതെ ഇരിക്കേണ്ടി വന്നേക്കാം. പക്ഷെ ബിസിനസ്സ് നന്നായി നടന്ന സമയത്ത് ധാരാളം മൂലധനം ഉണ്ടാക്കിയിട്ടുള്ളതിനാൽ, ഇത് അദ്ദേഹത്തിനൊരു പ്രശ്നമേ ആയിരുന്നില്ല. അദ്ദേഹം ഒരിക്കൽ വാറനോട് പറഞ്ഞു, "മോശം റിസ്ക് എന്നൊരു സംഭവമേ ഇല്ല. മോശം നിരക്ക് എന്നൊരു സംഭവം മാത്രമേ ഉള്ളൂ." ഇങ്ങനെ ബിസിനസ്സ് നടത്തിത്തന്നെയാണ് ജാക്ക് ധനികനായത്. പിന്നീട് നാഷണൽ ഇൻഡെമ്നിറ്റി വാങ്ങിയ വാറൻ, ജാക്കിന്റെ ആ ഒരു തത്വത്തെ അതേപടി തന്നെ നിലനിർത്തി എന്നു മാത്രമല്ല, അതിനുശേഷം ഇൻവെസ്റ്റ് ചെയ്ത എല്ലാ ഇൻഷുറൻസ് കമ്പനികളിലും അത് പ്രാവർത്തികമാക്കുകയും ചെയ്തു. ഒമാഹയിലെ ഒരു ചെറിയ ഇൻഷുറൻസ് കമ്പനിയിൽ നിന്നും ലോകത്തെ ഏറ്റവും മികച്ച ഇൻഷുറൻസ് പ്രവർത്തനങ്ങളിലേക്കുള്ള ബെർക്-ഷെയറിന്റെ വളർച്ചയ്ക്ക് നിദാനമായത് അണ്ടർറൈറ്റിംഗിലുള്ള ഈ അച്ചടക്കമാണ്.

മൗണ്ട് എവറസ്റ്റിന്റെ ഉയരം മനസ്സിലാക്കാൻ അതിനു മുകളിൽ പോയി നിൽക്കണമെന്നില്ല. അതുപോലെതന്നെ, ഒരു നല്ല മാനേജറിനെയും, നന്നായി നടക്കുന്ന ബിസിനസ്സിനെയും തിരിച്ചറിയാൻ ഒരാൾ ഒരു ജീനിയസ്സാവണം എന്നില്ല. പക്ഷെ അങ്ങനെയൊന്നു കണ്ടെത്തിക്കഴിഞ്ഞാൽ, അതിൽ ശ്രദ്ധ ചെലുത്തി, വിദഗ്ധരിൽ നിന്നും വിശദമായി പഠിക്കാൻ തുടങ്ങാം. ഇത് വാറനെ ഒരുപാട് സഹായിച്ചിട്ടുണ്ട്. നിങ്ങൾക്കും അത് സഹായകമാകും എന്ന് തീർച്ച.

28

ജീവിതത്തിൽ പുരോഗതി നേടൂ

"എപ്പോഴും നമ്മളെക്കാൾ ഏതെങ്കിലും വിധത്തിൽ മെച്ചപ്പെട്ട ആളുകൾക്കൊപ്പം നിൽക്കുന്നതാണ് നല്ലത്. നമ്മളെക്കാൾ നല്ല പെരുമാറ്റമുള്ള പങ്കാളികളെ തിരഞ്ഞെടുത്താൽ, നമ്മളും പതുക്കെ അവരുടെ പാതയിൽ ഒഴുകാൻ തുടങ്ങും"

—വാറൻ ബഫറ്റ്

വാറനെ സംബന്ധിച്ചിടത്തോളം, നമ്മുടെ വ്യക്തിജീവിതത്തെ സ്വാധീനിക്കുന്ന വലിയൊരു ഘടകം നമുക്ക് ചുറ്റുമുള്ള വരാണ്. നമ്മൾ ചങ്ങാത്തം കൂടുന്നവരെപ്പോലെതന്നെയായിത്തീരും നമ്മളും. നമ്മളെക്കാൾ മോശമായ അവസ്ഥയിൽ നിൽക്കുന്ന ഒരാൾ ഒരുപക്ഷെ നമ്മളെ ആ ആളിന്റെ നിലയിലേയ്ക്ക് വലിച്ചിടുവാനാ യിരിക്കും ശ്രമിക്കുക. അതേ സമയം, സമർത്ഥനായ, അഭ്യസ്ത വിദ്യനായ ഒരു വ്യക്തി നമ്മളെ ഉയർച്ചയിലേയ്ക്ക് നയിക്കും.

കൗമാരകാലത്ത് വാറൻ കൂടുതൽ സമയം ചെലവഴിച്ചത് റേസ് ട്രാക്കുകളിലായിരുന്നു. അവിടെയാണ് പന്തയത്തിലെ അനുപാതാ ന്തരം കണക്കുകൂട്ടാൻ അദ്ദേഹം പഠിച്ചത്. പന്തയത്തിന്റെ ലോകത്ത് കുടുങ്ങിക്കിടക്കാതെ, അവിടെ നിന്നും ആർജ്ജിച്ച ആ അനുമാന പാടവത്തെ അദ്ദേഹം ശരിയായ രീതിയിൽ കോളേജിലും, ഗ്രാജ്വേറ്റ് സ്കൂളിലും ഒക്കെ ഉപയോഗിക്കാൻ പഠിച്ചു. അദ്ദേഹത്തിനേക്കാൾ പ്രായത്തിൽ മുതിർന്ന, വിജ്ഞാനികളായ ആളുകളെ ഗുരുക്കന്മാരായി അദ്ദേഹം കണ്ടുപിടിച്ചു. അവർ അദ്ദേഹത്തെ താൽപര്യത്തോടെ പരിഗണിക്കുകയും, ഫൈനാൻസിന്റെയും ഇൻവെസ്റ്റിങ്ങിന്റെയും ലോകത്തേയ്ക്ക് വഴികാട്ടുകയും ചെയ്തു. അദ്ദേഹം മുന്നേറി.

തുടക്കകാലങ്ങളിൽ തന്നെ ഒമാഹയിലെ ബിസിനസ്സ് പ്രമാണിമാരുമായി അദ്ദേഹം ചങ്ങാത്തം സ്ഥാപിച്ചു. രണ്ടാം ലോകമഹായുദ്ധകാലത്തെ വെയർഹൗസ് സാങ്കേതികത്വങ്ങൾ ഉപയോഗിച്ച് ഒരു ആധുനിക സൂപ്പർമാർക്കറ്റ് ശൃംഖല പടുത്തുയർത്തിയ നിക്ക് ന്യൂമാൻ; അച്ചടക്കമുള്ള അണ്ടർറൈറ്റിംഗ് എന്ന ആശയം വാറനെ പരിചയപ്പെടുത്തിയ, നാഷണൽ ഇൻഡെമ്നിറ്റി കമ്പനിയുടെ സ്ഥാപകനായ ജാക്ക് റിങ്വാൾട്ട് തുടങ്ങിയവർ അവരിൽ ചിലരാണ്. തുടർന്നു വന്ന കാലങ്ങളിൽ *വാഷിംഗ്ടൺ പോസ്റ്റിന്റെ* ഉടമയായ കാതറിൻ ഗ്രഹാമിനും, മൈക്രോസോഫ്റ്റിന്റെ സ്ഥാപകനായ ബിൽ ഗേറ്റ്സിനുമൊപ്പം അദ്ദേഹം സമയം ചെലവഴിക്കാൻ തുടങ്ങി. വാറനെ ഒരുപാട് സഹായിച്ച സുഹൃദ്ബന്ധങ്ങളായിരുന്നു അവയൊക്കെ. അനുകരിക്കത്തക്ക മികച്ച ബിസിനസ്സ് മോഡലുകളാണ് അദ്ദേഹത്തിന് ഇതുമൂലം ലഭിച്ചത്.

ഇതാണ് വാറൻ നൽകുന്ന പാഠം : നമ്മൾ ചങ്ങാത്തം സ്ഥാപിക്കുന്നവരെപോലെ തന്നെയാണ് നാമും ആയിത്തീരുന്നത്. ഉയർന്ന നിലയിലുള്ളവരുമായി സൗഹൃദം സ്ഥാപിക്കാൻ ശ്രമിക്കു; അത് നമ്മളെത്തന്നെ ഉയർച്ചയിലേയ്ക്ക് നയിക്കും. എന്നാൽ മറിച്ചാണെങ്കിൽ, അത് നമ്മളെ എത്രത്തോളം നാശത്തിലേയ്ക്ക് തള്ളിയിടും എന്ന് ഊഹിക്കാൻ പോലും കഴിയില്ല.

29

വിലക്കയറ്റത്തിനായി 'നിങ്ങളെ' തയ്യാറാക്കുക

"ധനം സമ്പാദിക്കാനുള്ള നിങ്ങളുടെ പാടവമാണ് വിലക്കയറ്റമുണ്ടാകുന്ന സാഹചര്യത്തിൽ നിങ്ങളുടെ പക്കലുള്ള മികച്ച ആസ്തി. നിങ്ങളുടെ കഴിവുകൾ വികസിപ്പിക്കുവാനും, നിങ്ങളുടെ മൂല്യം കൂട്ടുവാനും വേണ്ടി ചെയ്യുന്നത് എന്തുതന്നെയായാലും, അത് ഒടുവിൽ സഹായകമാകുന്നത് നിങ്ങളുടെ പർച്ചേസിംഗ് പവറിലാണ്. നിങ്ങൾ ഒരു പ്രമുഖ ലീഗിന്റെ ബേസ്ബാൾ കളിക്കാരനോ, ആരുടെയെങ്കിലും സഹായിയോ അങ്ങനെ എന്തുമായിക്കൊള്ളട്ടെ, നിങ്ങൾ ആ ജോലി നന്നായി ചെയ്യുന്നുണ്ട് എങ്കിൽ, നിങ്ങൾ തന്നെയാണ് നിങ്ങളുടെ ഏറ്റവും മികച്ച ആസ്തി."

—വാറൻ ബഫറ്റ്

നമ്മൾ സ്വയം ഒരു ബിസിനസ്സായി കണക്കാക്കണം എന്നാണ് വാറൻ പറയാറുള്ളത്. കാഴ്ചയിലോ, പ്രവർത്തിയിലോ അങ്ങനെ തോന്നണം എന്നില്ല എങ്കിലും, ധനസമ്പാദനത്തിന്റെ അനന്ത സാധ്യതകളുള്ള ഒരു ബിസിനസ്സ് തന്നെയാണ് നമ്മൾ. ഏറ്റവും വലിയ ആസ്തി നമ്മൾ തന്നെയാണ്.

നാം ചെറുപ്പവും, പരിചയക്കുറവും ഉള്ളവരായിരിക്കുമ്പോൾ നമ്മുടെ ബിസിനസ്സിൽ നിന്നും അത്ര വരുമാനമൊന്നും ഉണ്ടാവണ മെന്നില്ല. പക്ഷെ നമ്മൾ കൂടുതൽ വിജ്ഞാനവും അനുഭവവും ആർജ്ജിച്ചെടുക്കും തോറും, നമ്മുടെ ധനസമ്പാദന സാധ്യതകളും

വർദ്ധിക്കുന്നു. നമ്മുടെ ബിസിനസ്സിനെ വിജയകരമായി മുന്നോട്ടു നയിക്കാൻ സഹായിക്കുന്ന രണ്ട് പ്രധാന ഘടകങ്ങളാണ് വിദ്യാഭ്യാസവും, അനുഭവജ്ഞാനവും.

ഒരു അക്കൗണ്ടന്റോ റോക്ക്-സ്റ്റാറോ ആരുതന്നെ ആയാലും, എല്ലാവരും താഴേക്കിടയിൽ നിന്നും തുടങ്ങി, പതുക്കെ ഉയർന്നു വന്നവരാണ്. ചിലപ്പോൾ അച്ഛൻ ഒന്നു-രണ്ടു സഹായങ്ങളൊക്കെ ചെയ്തിട്ടുണ്ടാവാം. പക്ഷെ നമുക്ക് അഭിരുചിയുള്ള മേഖലയിൽ ഉയർച്ചയിലേക്കെത്തുവാനും, അവിടെത്തന്നെ നിലനിൽക്കുവാനും നമ്മൾ നന്നായി കഠിനാധ്വാനം ചെയ്യേണ്ടതുണ്ട്.

നാം നമ്മുടെ ആരോഗ്യസംരക്ഷണം ചെയ്തും, നല്ല വിദ്യാഭ്യാസം നേടിയുമൊക്കെ നമ്മുടെ ബിസിനസ്സിനായി നന്നായി പരിപാലിക്കണം എന്ന് വാറൻ വിശ്വസിക്കുന്നു. ധനസമ്പാദനത്തിനുള്ള സാധ്യതകളെ മെച്ചപ്പെടുത്താനുള്ള മാർഗ്ഗങ്ങൾ നാം നിരന്തരം ആരായേണ്ടതുണ്ട്. മാത്രവുമല്ല, ദുരന്തങ്ങൾ വന്നു ഭവിക്കാതെ നോക്കേണ്ടതുമുണ്ട്. നാണയപ്പെരുപ്പത്തിനും ഒരു മുഴം മുൻപേ നിൽക്കാൻ നമുക്ക് സാധിച്ചാൽ, സമ്പാദിക്കാനുള്ള സാധ്യതകൾ ഒരിക്കലും അടഞ്ഞുപോകില്ല.

നിങ്ങളുടെ ബിസിനസ്സ് എത്രത്തോളം സവിശേഷമാണോ, അത്രത്തോളം തന്നെ ഉയർന്ന മൂല്യം അതിനു നിങ്ങൾ ആവശ്യപ്പെടാവുന്നതാണ്. സവിശേഷതയുള്ള മേഖലകളിലുള്ള ആളുകൾ, ഇൻഫ്ളേഷൻ ഹെഡ്ജ് പോലെ, മുൻതൂക്കം ഉള്ളവരാണ്. പ്രതിയോഗികൾ കുറവായതിനാൽ തങ്ങളുടെ സേവനങ്ങൾക്ക് കൂടുതൽ പണം ഈടാക്കാൻ ഇവർക്ക് കഴിയും.

ഇവിടെ കാര്യം വളരെ ലളിതമാണ് : വലിയ രീതിയിൽ ധനസമ്പാദനം നടത്താൻ ശേഷിയുള്ള സാമ്പത്തികശക്തികളാണ് നമ്മളോരോരുത്തരും. നമ്മൾ നമ്മളെ കരുതലോടെ നോക്കി, വിദ്യാഭ്യാസം നൽകുകയാണെങ്കിൽ, ഇതിന്റെ സാധ്യകൾ വിപുലമാണ്. ഇവ നമ്മളെ വിലക്കയറ്റത്തിൽ നിന്നു രക്ഷിക്കുക മാത്രമല്ല, ധനികരാവാനും സഹായിക്കുന്നു.

30

വ്യക്തിഗത വായ്പകളെ കൈകാര്യം ചെയ്യൽ

"18 അല്ലെങ്കിൽ 20 ശതമാനത്തിനൊക്കെ പണം വായ്പയായെടുത്ത ശേഷം മുന്നേറുക എന്നത് സാധ്യമല്ല. എനിക്കതിന് കഴിയില്ല – ഞാൻ അതോടുകൂടി തകർന്നു പോവുകയേ ഉള്ളൂ. കഴിയുന്നതും വായ്പകളിൽ നിന്നും ഒഴിഞ്ഞു മാറി നിൽക്കൂ. തരക്കേടില്ലാത്ത ഡൗൺ പേയ്മെന്റിൽ കുറച്ചു പണം കിട്ടുകയാണെങ്കിൽ, നിങ്ങൾക്കിഷ്ടപ്പെട്ട ഒരു വീടു വാങ്ങുന്നതിൽ തെറ്റില്ല. പക്ഷെ അത്തരമൊരു സാഹചര്യത്തെ കൈകാര്യം ചെയ്യാൻ കഴിയും എന്നുറപ്പുണ്ടെങ്കിൽ മാത്രമേ അതിനിറങ്ങിത്തിരിക്കാവൂ. നമ്മുടെ കൈപ്പിടിയിൽ ഒതുങ്ങുന്ന തരം ചുമതലകൾ മാത്രം ഏറ്റെടുക്കുക; അല്ലാത്തവ ഒഴിവാക്കുക."

–വാറൻ ബഫറ്റ്

ചില്ലറക്കച്ചവടം എന്നത്, ഒരു ഉത്പന്നം വിൽക്കുക എന്നതിൽ നിന്നും വളർന്ന്, ഒരു ഉത്പന്നം വാങ്ങാൻ ആവശ്യമായ പണം നിങ്ങൾക്ക് വിൽക്കുക എന്ന രീതിയിലേക്ക് മാറിയിരിക്കുന്നു. ഉപഭോക്താക്കൾക്ക് സാധനങ്ങൾ വാങ്ങുവാൻ ആവശ്യമായ പണം വായ്പയായി നൽകിക്കൊണ്ടാണ് ആധുനിക കച്ചവടക്കാർ പണമുണ്ടാക്കുന്നത്. മുൻപൊക്കെ, വിൽക്കുന്ന ഉത്പന്നങ്ങളിലെ ലാഭവിഹിതമായിരുന്നു വരുമാനം. എന്നാൽ വാങ്ങുന്ന ഉത്പന്നങ്ങളുടെ എണ്ണത്തിനനുസരിച്ച് കിഴിവ് നൽകുന്ന, കടുത്ത മത്സരം നിൽക്കുന്ന

ഇന്നത്തെക്കാലത്ത്, അത്തരമൊരു മാർജിൻ പതുക്കെ ഇല്ലാതെയായി. പക്ഷെ, സാധനങ്ങൾ വിൽക്കുന്നതിലൂടെ മാത്രമല്ലാതെ, അവ വാങ്ങാൻ വേണ്ട പണം ഉപഭോക്താവിന് നൽകുന്നതിലൂടെയും പണമുണ്ടാക്കാം എന്ന് കരുതുക. അതെ, നിങ്ങൾക്ക് ഇരട്ടലാഭമാണിവിടെയുള്ളത് : ഒന്ന്, അവർ പണം വായ്പയായി എടുക്കുമ്പോൾ; മറ്റൊന്ന്, അവർ അത് ചെലവഴിക്കുമ്പോൾ. 18 അല്ലെങ്കിൽ 20 ശതമാനത്തിനൊക്കെ നമുക്ക് പണം വായ്പയായി തരുമ്പോൾ വിൽപ്പനയിലൂടെ ലഭിക്കുന്നതിനേക്കാൾ എളുപ്പത്തിൽ പണമുണ്ടാക്കാം എന്ന് ബിസിനസ്സുകാർ മനസ്സിലാക്കി.

ക്രെഡിറ്റ് കാർഡ് കമ്പനികൾ വർഷങ്ങൾക്ക് മുൻപ് തന്നെ ഇത് തിരിച്ചറിഞ്ഞിരുന്നു. ചെറിയൊരു വസ്തു വാങ്ങാൻ വേണ്ടിയുള്ള പണം പോലും വായ്പ തരാൻ അവർ തയ്യാറാണ്. എന്നാൽ, അവ തിരിച്ചടച്ചില്ലെങ്കിലോ, അടവു വൈകിയാലോ, അവർ ഈടാക്കാൻ പോകുന്നത് കൊടിയ പലിശയായിരിക്കും. ഇതിനെ ഒരു നല്ല ബിസിനസ്സ് എന്ന് വിളിച്ചാൽ മതിയാവില്ല; ശ്രേഷ്ഠമായ ഒരു ബിസിനസ്സ് എന്ന് തന്നെ ഇതിനെ വിളിക്കാം. എല്ലാ കച്ചവടക്കാരും പിന്തുടരുന്ന ഒരു രീതിയാണിതിപ്പോൾ. ആധുനിക ഫർണീച്ചറും, ഉപകരണങ്ങളും വിൽക്കുന്നവരും; കംപ്യൂട്ടർ കടകളും എല്ലാം തന്നെ ഇന്ന് ബാങ്കുകളായി മാറിയിരിക്കുന്നു. ഒരു ടീവിയോ, റെഫ്രിജറേറ്ററോ വാങ്ങാൻ പോയാൽ, നമ്മൾ റൊക്കം പണം കൊടുത്തു വാങ്ങുന്നതിനേക്കാൾ അവർ പ്രോത്സാഹിപ്പിക്കുന്നത് അവരുടെ ഫിനാൻസിൽ വാങ്ങുന്നതാവും. ഈ പദ്ധതിയിൽ നിങ്ങളെ ഭാഗഭാക്കാകുവാൻ വേണ്ടി, ഡൗൺ പേയ്മെന്റ് ഇല്ലാത്ത, ആറു മാസത്തേയ്ക്ക് തിരിച്ചടവുകളില്ലാത്ത പല വാഗ്ദാനങ്ങളും അവർ നൽകും. അവരുടെ ലോൺ ഉടമ്പടിയിൽ നമ്മൾ ഒപ്പിട്ടാൽ മാത്രം മതിയാവും.

എപ്പോഴും ശ്രദ്ധയോടെ നിൽക്കണമെന്നും, തിരിച്ചടയ്ക്കാൻ കഴിയാതെ യാതൊരു വായ്പാ ബാധ്യതയും ഏറ്റെടുക്കരുതെന്നും വാറൻ ഓർമ്മിപ്പിക്കാറുണ്ട്. എത്രത്തോളം ശ്രദ്ധ നമുക്കിതിൽ ആവശ്യമുണ്ട്? വാറൻ തന്റെ ആദ്യത്തെ വീട് വാങ്ങിയത് 34000 ഡോളറിനാണ്. ഇന്നും അദ്ദേഹം അതേ വീട്ടിൽത്തന്നെയാണ് താമസിക്കുന്നത്. ലക്ഷാധിപതിയായതിനു ശേഷവും കാലങ്ങളോളം അദ്ദേഹം ഉപയോഗിച്ചിരുന്നത് വിലകുറഞ്ഞ ഒരു കാറായിരുന്നു. കൈയിലുള്ള പണം ശ്രദ്ധയോടെ ഉപയോഗിച്ചും, അനാവശ്യമായി ചെലവാക്കാതെയും അദ്ദേഹം ധാരാളം പണമുണ്ടാക്കി. ഈ പണം ബുദ്ധിപരമായി നിക്ഷേപിച്ച് വീണ്ടും നിറയെ പണമുണ്ടാക്കി. മറ്റുള്ളവർ മെച്ചപ്പെട്ട വീടു വാങ്ങാനും, വലിയ കാറുകൾ വാങ്ങാനു

മായി വായ്പകൾ ഒന്നിനു മേൽ ഒന്നായി വാങ്ങിക്കൂട്ടുമ്പോഴായിരുന്നു, അദ്ദേഹം ഇതെല്ലാം ചെയ്തത്. ആമയുടെയും മുയലിന്റെയും കഥ പോലെതന്നെയാണിത്. ഇവിടെ, ജീവിതത്തിന്റെ വേഗം കൂട്ടാനായി മുയൽ കൂടുതൽ കൂടുതൽ പണം കടം വാങ്ങിക്കൂട്ടുന്നു. എന്നാൽ മെല്ലെപ്പോക്കുകാരനായ ആമയാകട്ടെ, വരവിനേക്കാൾ ചെലവ് കുറച്ച് ജീവിക്കുകയും, അതിൽ അധികം വരുന്ന തുക ഭാവിയിലേയ്ക്ക് നീക്കിവയ്ക്കുകയും ചെയ്തു. അങ്ങനെയിരിക്കുമ്പോൾ, സാമ്പത്തിക മാന്ദ്യം കടന്നുവരും. അപ്പോൾ, വേഗത്തിലോടിയ മുയൽ വീണുപോകുകയും, കടബാധ്യതയുടെ നീറ്റിൽ പുകയുകയും ചെയ്യും. എന്നാൽ ആമയാകട്ടെ, കടമെന്ന തലവേദനയില്ലാതെ മുന്നോട്ട് പോകുകയും ചെയ്യും.

ഓർക്കുക : കുറച്ച് കടവും, കൂടുതൽ മിച്ചം വയ്ക്കലുമാണ് ധനികരാവാനും, രാത്രി മനസ്സമാധാനത്തോടെ ഉറങ്ങാനുമുള്ള ഏക മാർഗ്ഗം. മറിച്ചാണെങ്കിൽ, ജീവിതം ദുസ്സഹമാകും.

ഉപസംഹാരം

വാറൻ ബഫറ്റിന്റെ മാനേജ്മെന്റ് തന്ത്രങ്ങളെ മനസ്സിലാക്കാനുള്ള ഈ യാത്രയിൽ ഞങ്ങൾക്കൊപ്പം നിന്നതിന് നന്ദി. അദ്ദേഹത്തിന്റെ ഇൻവെസ്റ്റ്മെന്റ് രീതികളെക്കുറിച്ചറിയാൻ നിങ്ങൾക്ക് താൽപര്യമുണ്ടെങ്കിൽ, ഞങ്ങളെഴുതിയ മറ്റ് അഞ്ച് പുസ്തകങ്ങൾ കൂടിയുണ്ട് – *ബഫറ്റോളജി, ദി ബഫറ്റോളജി വർക്ക്ബുക്ക്, ദി ന്യൂ ബഫറ്റോളജി, ദി റ്റൗ ഓഫ് വാറൻ ബഫറ്റ്, വാറൻ ബഫറ്റ് ആൻഡ് ദി ഇന്റർപ്രെറ്റേഷൻ ഓഫ് ഫിനാൻഷ്യൽ സ്റ്റേറ്റ്മെന്റ്സ്.*

നിങ്ങൾക്ക് എന്തെങ്കിലും അഭിപ്രായങ്ങൾ രേഖപ്പെടുത്തണം എന്നുണ്ടെങ്കിലോ, എന്തെങ്കിലും ചോദിക്കാനുണ്ടെങ്കിലോ, ഞങ്ങൾക്കെഴുതുക :

Marybuffettology@gmail.com
Davidbuffettology@gmail.com

മറുപടിയ്ക്ക് താമസം നേരിട്ടാൽ പോലും, നിങ്ങളുടെ അഭിപ്രായങ്ങളും നിർദ്ദേശങ്ങളും ഞങ്ങൾക്ക് വളരെ പ്രധാനമാണെന്നും, അവ അർഹിക്കുന്ന പരിഗണനയോടെ ഞങ്ങൾ സ്വീകരിക്കുമെന്നും പറഞ്ഞുകൊള്ളട്ടെ.

ആശംസകളോടെ,
മേരി ബഫറ്റ് & ഡേവിഡ് ക്ലാർക്

നന്ദി

മേരി നന്ദി പറയുന്നു . . .

മിടുക്കരായ പുത്രിമാർ എറിക്ക ബഫറ്റിനും നിക്കോൾ ബഫറ്റിനും, ഒത്തിരി സ്നേഹത്തോടെയും ബഹുമാനത്തോടെയും. സഹോദരിയും മനഃസ്സാക്ഷി സൂക്ഷിപ്പുകാരിയുമായ ഡൊറോത്തി മാൻലേയ്ക്ക്. തന്നിൽ ക്രിയാത്മകമായ സ്വാധീനം ചെലുത്തിയ, തന്റെ പ്രതിബിംബമായ മൗറീൻ തോംസണ്. ഫില്ലിസ് ബാർട്ടിനും, അവരുടെ സ്നേഹവാനും വിജ്ഞാനിയുമായ ഭർത്താവ് പീറ്ററിനും. ആരും കൊതിക്കുന്നത്ര സ്നേഹം നൽകുന്ന ആത്മാർത്ഥ സുഹൃത്ത് ജോസ്ലിൻ സ്കിന്നറിന്. എല്ലാ സാഹസങ്ങളുടെയും രാജാവും റാണിയുമായ റിച്ചാർഡ് ബാങ്സിനും, ലോറ ഹബ്ബറിനും. എന്റെ പ്രേരകശക്തിയും, ആത്മാവുമായ ഗ്രച്ചൻ റോളിൻസ്, നമ്മുടെ തിരക്കഥയും ഈ പുസ്തകങ്ങൾ പോലെതന്നെ വിജയിക്കട്ടെ. തീർച്ചയായും, എന്റെ പ്രൊഫെസ്സറായ കിറ്റി ഓ'കീഫിന് (Kitty O'Keef). പിന്നെ, എല്ലായ്പ്പോഴും എന്റെ പ്രചോദനവും മകനുമായ സാം ബഫറ്റ്-ഹേയ്ളുഡിന് ഈ പുസ്തകം സമർപ്പിക്കുന്നു.

ഡേവിഡ് നന്ദി പറയുന്നു . . .

എന്നിൽ അങ്ങേയറ്റം സ്നേഹവും ക്ഷമയും ചൊരിഞ്ഞ കേറ്റിനും, ഡെക്സ്റ്റർ ക്ലാർക്കിനും. ശാശ്വതമായ സൗഹൃദം എനിക്ക് നൽകുന്ന സാം ക്ലാർക്ക്, അലക്സാണ്ടർ പെയ്ൻ, ബോബ് എയ്സൻബർഗ്, ടോഡ് സൈമൺ, സ്റ്റീവ് ജോയ്, ടെറി റോസെൻബെർഗ്, ലാരി ബോൾഡിങ്, ജോൺ ജബേനിസ്, ഗെരി സ്പെൻസ് എന്നിവർക്ക്. ഈ രസകരമായ കാലഘട്ടത്തിൽ സൗഹൃദം കൊണ്ടും, സാമ്പത്തിക ഉൾക്കാഴ്ചകൾ കൊണ്ടും പിന്തുണച്ച ജെറമി ഉറാങ്, ടിം വിക്ക് എന്നിവർക്കും ഡേവിഡ് നന്ദി പറയാൻ ആഗ്രഹിക്കുന്നു.

Scribner-ലെ സ്റ്റാഫ് അംഗങ്ങൾക്കും, മിടുക്കിയായ എഡിറ്റർ റോസ് ലിപ്പലിനും പ്രത്യേകം നന്ദി പറയുന്നു.